மார்க்ஸிய அழகியல் ஒரு முன்னுரை

மலையாள மூலம்: **சச்சிதானந்தன்**

தமிழில்: சுகுமாரன்

மலர் புக்ஸ்

மார்க்ஸிய அழகியல் ஒரு முன்னுரை
மலையாள மூலம்: சச்சிதானந்தன்
மொழியாக்கம்: சுகுமாரன்
மலர் புக்ஸ் முதல் பதிப்பு: பிப்ரவரி 2022

வெளியீடு: மலர் புக்ஸ்
விற்பனை உரிமை: பரிசல் புத்தக நிலையம்
235, P. பிளாக் MGR முதல் தெரு,
MMDA காலனி, அரும்பாக்கம், சென்னை – 600 106.
பேச: 9382853646, 8825767500
மின்னஞ்சல்: parisalbooks@gmail.com
அச்சுக்கோப்பு: வி. தனலட்சுமி
அச்சாக்கம்: கம்ப்யூ பிரிண்டர்ஸ், சென்னை – 600 086.
பக்கம்: 110
விலை ரூ: 120

Marxiya Azhagiyal Oru Munnurai
Malayalam: Sachithananthan
Translated by: Sukumaran
Malar books First Edition: February 2022

Published by: Malar Books
Right to Sell: Parisal Putthaga Nilayam
No. 235, ‘P’ Block, MGR First Street,
MMDA Colony, Arumbakkam, Chennai - 600 106.
Mobile: 9382853646, 8825767500
Email: parisalbooks@gmail.com
DTP: V. Dhanalakshmi
Printed at: Compu Printers, Chennai - 86.
ISBN: 978-93-91947-21-7
Pages: 110
Price Rs. 120

ஆசிரியர் குறிப்பு

கே.சச்சிதானந்தன் (1946)

மலையாளத்தில் எழுதும் உலகப் புகழ்பெற்ற இந்தியக் கவிஞர்.

திருச்சூர் மாவட்டம் கொடுங்கல்லூர் புல்லூற்றில் பிறந்தார். ஆங்கிலத்துறை பேராசிரியராக இரிஞ்ஞாலக்குடா கிறிஸ்து கல்லூரியில் பணியாற்றினார். சாகித்திய அகாதமியின் 'இண்டியன் லிட்டரேச்சர்' இதழின் ஆசிரியராகவும் அகாதமியின் செயலாளராகவும் பணியாற்றினார். இந்திரா காந்தி திறந்தவெளி பல்கலைக்கழகத்தின் மொழிபெயர்ப்புத் துறையில் பேராசிரியர், இயக்குநர் பதவிகளையும் வகித்தார்.

பதினாறாம் வயதில் முதல் கவிதையை வெளியிட்ட சச்சிதானந்தன் அறுபது ஆண்டுகளுக்கும் மேலாகக் கவிதையாக்கத்தில் தொடர்ந்து ஈடுபட்டு வருகிறார். மலையாளக் கவிதையை நவீன திசைக்கு இட்டுச் சென்ற முன்னோடிகளில் ஒருவர். கவிதை, விமர்சனம், கதை, நாடகம், மொழிபெயர்ப்பு, நேர்காணல்கள், பயண இலக்கியம், சிறார் இலக்கியம் ஆகிய பிரிவுகளில் ஐம்பதுக்கும் மேற்பட்ட நூல்கள் வெளியாகி உள்ளன. மலையாளத்தில் இருபதுக்கும் மேற்பட்ட நூல்களையும்

ஆங்கிலம், இந்தி மொழிகளில் சுமார் எட்டு நூல்களையும் தொகுத்தும் பதிப்பித்தும் உள்ளார். சச்சிதானந்தனின் கவிதைகள் பெரும்பான்மையான இந்திய மொழிகளிலும் ஆங்கிலம் உள்ளிட்ட உலக மொழிகளிலும் வெளியாகி உள்ளன.

தேசிய சாகித்திய அகாதமி, மாநில சாகித்திய அகாதமி விருதுகள், கேரள அரசின் இலக்கிய விருதான எழுத்தச்சன் விருது உட்பட ஐம்பதுக்கும் மேற்பட்ட விருதுகளையும் சர்வதேச அங்கீகாரங்களையும் சச்சிதானந்தன் பெற்றிருக்கிறார். முப்பது ஆண்டுக் கால தில்லி வாழ்க்கைக்குப் பிறகு தற்போது திருச்சூரில் வசிக்கிறார்.

✪

மொழிபெயர்ப்பாளர் குறிப்பு:

சுகுமாரன் (1957)

கோவையில் பிறந்தார். கவிதை, மொழிபெயர்ப்பு, நாவல், கட்டுரை, பதிப்பு, ஊடகம் ஆகிய துறைகளில் ஈடுபட்டிருப்பவர். சொந்தப் படைப்புகளும் மொழியாக்கங்களும் பதிப்பித்தவையுமாக நாற்பதுக்கும் மேற்பட்ட நூல்கள் வெளியாகியுள்ளன. 'காலச்சுவடு' இதழின் பொறுப்பாசிரியராகப் பணியாற்றுகிறார். கோவையில் வசிக்கிறார்.

மார்க்ஸிய அழகியல்: ஒரு முன்னுரை

மார்க்ஸியக் கோட்பாடு ஒருபுறம் வெறும் சமரசவாதமாகவும் இன்னொரு புறம் வறட்டு விஞ்ஞானவாதமாகவும் வழி தவறிப் போயிருக்கிறது. மார்க்ஸிய நடைமுறை ஒருபுறம் வஞ்சகமான நிறுவனவாதமாகவும், மறுபுறம் இரத்தம் படிந்த பொய்மை நோக்கி மக்களை அழைத்துச் செல்வதுமாகவும் மாறியிருக்கிறது. அச்சுறுத்தும் இந்தத் திருப்புமுனையில் வாழும் சுதந்திர ஆய்வாளன் ஒருவனின் முதற்கடமை, எல்லாத் துறைகளிலும் மார்க்ஸின் அசலான நிலைப்பாடுகளை மறுபடியும் நிறுவுவதும் வளர்ச்சி பெறச் செய்வதுமாகும். அழகியல்துறையும் இதற்கு விலக்கல்ல. மார்க்ஸிய அழகியல் என்ற பெயரில் ஊனமான பகுதியான, இயக்கமற்ற கண்ணோட்டங்களை எல்லாதரப்பு மார்க்ஸியர்களும் பரப்பி வந்திருக்கும் விமர்சன மரபு நிலவிவரும் மலையாளத்தில், மார்க்ஸின் அணுகுமுறைகளை மறுபரிசீலனைக்குட்படுத்துவது அவசியமானது.

மார்க்ஸை வெறும் பொருளியலாளராகவோ, சமூகவியல் அறிஞராகவோ, அரசியல் நிபுணராகவோ இவற்றின் கூட்டுக் கலவையாகவோ காண்பவர்களைப் பொறுத்தவரை மார்க்ஸியம் அழகியலுக்கு அப்பாற்பட்ட ஒன்று. மார்க்ஸியத்தை ஒரு தத்துவமாகக் கருத மறுத்த கார்ல் கௌட்ஸ்கி போன்ற சோஷலிஸ ஜனநாயகவாதிகள் கலையையும் தார்மீக மதிப்பீடுகளையும் மார்க்ஸியத்தின் எல்லைக்கு வெளியில் நிறுத்தினார்கள். ஆனால், அந்நியமாதல் இல்லாத மனிதநிலை குறித்து ஒளிமயமான கனவு கண்டவர்; மனித சாரத்துக்கும் மனித இருப்புக்கும் இடையில், தேய்வுக்கும் தன்னிறுவுதலுக்கும் இடையில்,

தேவைக்கும் சுதந்திரத்துக்கும் இடையில், தனி நபருக்கும் வர்க்கத்துக்கும் இடையில் நேரும் முரண்பாடுகளை நீக்கும் முழுமையான இருத்தலியல் பார்வையை வெளிப்படுத்தியவர்; மனித இருப்பின் மீதான பொருளின் ஆதிக்கத்துக்கு எதிராகப் போராட, போலிப் பிரக்ஞைகள் என்று தான் தீர்மானித்த சித்தாந்தங்களுக்கு இறப்பைக் குறிப்பிட்டு, உண்மையை நேரிடையாக உணரக்கூடிய ஒரு வழிமுறைக்கு உயிர்கொடுத்தவர் ஆகிய பெரும் தத்துவவாதியாக மார்க்ஸைப் புரிந்து கொள்பவர்களைப் பொறுத்தவரை மனித இருப்பின் எந்த ஒரு துறையும் மார்க்ஸியத்துக்குப் புறம்பானதல்ல.

மார்க்ஸின் தொடர்ச்சியற்ற சில இலக்கியக் குறிப்புகளின் பலவீனமான அடிப்படையில் ஓர் அழகியல் கோட்பாட்டை உருவாக்கும் ஆர்வத்தைக் கேள்விக்குரியதாக்குபவர்கள் இருக்கிறார்கள். அவர்கள் இரண்டு அம்சங்களைப் புறக்கணிக்கிறார்கள். ஒன்று: மார்க்ஸின் குறிப்புகள் அவர்கள் கருதுவதுபோலத் தொடர்ச்சியற்றவை அல்ல. இளமைக் காலக் கவிதைகள், பட்ட ஆராய்ச்சிக் கட்டுரை முதல் 'மூலதனம்' வரையிலான நூல்களில் மார்க்ஸ் முன் வைக்கும் இலக்கியக் குறிப்புகளுக்கும் அபிப்பிராயங்களுக்கும் அசாதாரண முக்கியத்துவமும் தொடர்ச்சியும் உண்டு. அந்நியமாதல் பெருமளவுக்குப் பாதிக்காத படைப்புத் தன்மை கொண்ட உழைப்புத் துறை என்ற நிலையில் கலைக்கு தனிவாழ்க்கையிலும், நூல்களிலும் மார்க்ஸ் மிக உன்னதமான இடத்தை வழங்கியிருந்தார். [1] இரண்டு: மார்க்ஸின் உலகக் கண்ணோட்டமும் வாழ்க்கைப் பார்வையும் பிறவாழ்வுத் துறைகளுக்குப் பொருந்துவது போலவே கலைக்கும் பொருந்தக் கூடியவை. '1844 பொருளாதார தத்துவக் கையெழுத்துப் படிகள்', 'அரசியல் பொருளாதார விமர்சனம்', 'அரசியல் பொருளாதார விமர்சனத்தின் அடிப்படைகள்', 'மூலதனம்', 'உபரி மதிப்பு பற்றிய கோட்பாடுகள்' முதலிய நூல்களில் கலைக்கும் உழைப்புக்கும் இடையிலுள்ள உறவு, கலையின் சமூக, படைப்பு ரீதியான அம்சங்கள், அழகியல் அனுபவத்தின் சமூக இயல்பு, கலையின் வர்க்க அடிப்படையிலான தோற்றம், வர்க்கம் கடந்த நிலையிருப்பு, முதலாளித்துவ சமூகத்தில் கலை சந்தைப் பொருளாக்கப்படும் எதிரிடை, கலையின் காலம் சார்ந்த

தன்மை, காலம் கடந்த தன்மை, கலையும் அந்நியமாதலும் போன்ற அடிப்படையான அழகியல் பிரச்சனைகளை மார்க்ஸ் நேரடியாகவே விவாதிக்கிறார். மனித வாழ்க்கையின் அழகியல் கூறுகளைப் பற்றியும், மனிதனை மனிதனாக்குகிற சுயப் படைப்பான கலையைக் குறித்தும், அவர் கொண்டிருந்த தீவிரப் பிரக்ஞை, கலையை மனித இருப்பின் துணை உற்பத்தியாகச் சுருக்குகிற தூய கலைவாதிகளுக்கு எதிராக, கலையைக் கலாச் சாரத்தின் மிகஉயர்ந்த புள்ளியில் நிறுவ அவரைத் தூண்டியது மார்க்ஸின் உலகக் கண்ணோட்டத்தை ஆதாரமாகக் கொண்டு ஓர் அழகியல் கோட்பாட்டின் அடிப்படைகளை அமைப்பதற் கான கவனத்துக்குரிய சில முயற்சிகள், குறிப்பாக கடந்த இருபது ஆண்டுகளில் வெவ்வேறு மொழிகளில் நடைபெற்றிருக்கின்றன. [2] இவற்றை மனதிற் மனதிற் கொண்டு, மார்க்ஸின் நூல்களை அடிப்படையாக ஏற்று மார்க்ஸிய இலக்கியக் கருத்துக்களையும், அழகியல் சிந்தனைகளையும் கண்டறிந்து, நம்முடைய விமர்சன மரபைத் திருத்தவும், புதுப்பிக்கவும் மேற்கொண்ட எளிய முயற்சியே இக்கட்டுரை.

1

இளமைக் காலத்திலிருந்தே மார்க்ஸின் தனிவாழ்க்கையில் இலக்கியம் முக்கியப் பங்கு வகித்து வந்தது. கார்ல் சொல்லும் சுவாரசியமான கதைகளைக் கேட்பதற்காக அவன் சமைத்த மோசமான கேக்கைத் தின்னவும், அவன் ஏறுவதற்குத் தகுந்த மாதிரி குதிரைகளாகக் குனிந்து கொடுக்கவும் அவனுடைய சகோதரிகள் தயாராக இருந்தனர் என்று மார்க்ஸின் புதல்வி எலினார் நினைவுகூர்கிறார். இளம் பருவத்திலேயே ஸிஸரோ, டாஸிடெஸ், ஹோமர், சோபாக்ளிஸ், ப்ளாட்டோ, தூசிடெடிஸ் ஆகியோரின் நூல்களை மனப்பாடமாகச் சொல்லியும், நையாண்டிக் கவிதைகள் எழுதியும், கார்ல் சக நண்பர்களைப் பயமுறுத்தி வந்தான். விட்ஸ் லாவர்ஸ் என்ற சுமுகமான ஆசிரியரின் தூண்டுதலால், ஓவிடின் நூல் ஒன்றை மொழி, பெயர்க்க முற்பட்டவனும், பதினெட்டாம் நூற்றாண்டு ஜெர்மன் பேரிலக்கியத்தில் தந்தையார் கொண்டிருந்த அறிமுகத்தில் பங்கு பெற்றவனும், பிற்காலத்தில் மாமனாராக மாறிய, அண்டை வீட்டாரரான வெஸ்ட் ஃபாலன் பிரபு மூலம் ஷேக்ஸ்பியர் நாடகங்களை ரசித்துப் பழகியவனுமான மார்க்ஸ், இலக்கிய விஷயங்களில், பள்ளியிலேயே முதன்மையானவனாக விளங்கியதில் வியப்பில்லை. *1835* இல் பள்ளி இறுதி வகுப்புத் தேர்வுக்கு எழுதிய 'ஒரு செயல்பாட்டுத் துறையைத் தேர்ந்தெடுப்பது பற்றி ஓர் இளைஞனின் சிந்தனைகள்' என்ற கட்டுரையில் ஓர் இலக்கியவாதியாவது குறித்து

மார்க்ஸ் குறிப்பிடுகிறார். வேலைப் பிரிவினை மனித வாழ்வைச் சிதிலமடையச் செய்வது பற்றியும், மனித இருப்பின் உண்மையையும், முழுமையையும் மீண்டும் நிறுவ வேண்டியது பற்றியும், மார்க்ஸ் இக்கட்டுரையில் சொல்கிறார். பர்னிலும் பெர்லினிலும் பல்கலைக்கழகக் கல்வி மேற்கொண்டபோது, சட்டம், தத்துவம், வரலாறு ஆகியவற்றோடு மார்க்ஸ் இலக்கியத்தையும் பயின்றார். இக்காலத்தில்தான் ஏ.டபிள்யூ. ஷ்லெகல், எஃப்.ஜி. வெல்கர், புரூனோ பாவர் ஆகிய ஆசிரியர்களும், லெஸ்சிங், சோல்கர், விங்கிள்மான் முதலிய அழகியல்வாதிகளும் அவரைப் பாதித்தனர். மார்க்ஸ் இக்காலத்திலேயே கவிதை எழுதவும் தொடங்கியிருந்தார். தகப்பனாருக்குச் சமர்ப்பிக்கப்பட்ட இரு கவிதைகளில் ஒன்றான 'கவிதை'யில், கவிஞனின் புறத்தூண்டுதல், பயிற்சியின் வலிமை, கவிதையின் இயங்கியல் தன்மை, உருவத்தின் முக்கியத்துவம் ஆகியவை பற்றிக் குறிப்புகள் காணப்படுகின்றன. உணர்ச்சிப் பாடல்களிலும், தன்னுணர்விலும் மூழ்கிய ஜெர்மன் கற்பனாவாதக் கவிதையின் உயிரற்ற எதிரொலிகளை உருவாக்குகிற ஒரு விடலைக் கவிஞனின் எழுத்துக்களாகவே அவருடைய 'கவிஞன்', 'இரவுக் காதல்' போன்ற ஆரம்பகாலக் கவிதைகளையும், ஜென்னியைப் புகழ்கிற பாடல் தொடர்களையும் கருத வேண்டியிருக்கிறது. எனினும் சில பிற்காலக் கவிதைகளில், கற்பனாவாதத்துடனான நம்பிக்கையின்மையையும் அசலான கற்பனையின் மின்னல் வீச்சையும் காண முடிகிறது. புரோமிதியசுடனும், ஜூபிடருடனும் தொடர்புடைய தன்னுணர்வை வெளியிடும் 'மனிதப் பெருமை' என்ற கவிதை, சமூகச் செயல்பாடுகளை எதிர்கொள்வதற்கான பேராவலையும் வெளிப்படுத்துகிறது. தன்னுடைய நையாண்டிக் கவிதைகளில் மேல்தட்டு வர்க்கத்தின் போலி மனத்தையும், நாடகங்களின் 'இயற்கைவாத'த்தையும் போதுமான அளவுக்குக் கேலி செய்கிறார். அருகில் உட்கார்ந்து 'பாலே' பார்த்துக் கொண்டிருக்கும் தற்பெருமைக்காரப் பெண், 'நாட்டியம் அபாரமாக இல்லை?' என்று கேட்க, பதிலுக்கு 'இன்று பத்திரிகையில் என்ன சேதி?' என்று சோர்வுடன் கேட்டுவிட்டு மௌனமாக கலைரசனையில் மூழ்கும் ஒரு கவிஞனை, குரங்கு சுவர்மீது மூத்திரம் பெய்வதை அப்பட்டமாகக் காண்பிக்காமல்

இருந்ததைத் தவிர காட்சிக்குக் கொஞ்சம் கூட ‘இயல்பு’ குறையவில்லை என்று ‘இயற்கைவாதத்தை’ நையாண்டி செய்கிற ஒரு கவிஞனை இக்கவிதைகளில் காணலாம். 1837 இல் எழுதத் தொடங்கிய ‘ஃபெலிக்ஸும் தேளும்’ என்ற முற்றுப்பெறாத நகைச்சுவை நாவலில், மார்க்ஸ் ஹெகலை விமர்சிக்கத் தொடங்குவதன் அறிகுறியைக் காணலாம். இதே காலத்தில் எழுதிய துன்பியல் நாடகம் ஒன்றிலும், வாய்ப்புக் கிடைக்கும் போதெல்லாம் ‘ஒருமை’யையும் (லயம்), ‘ஆன்மா’ வையும் வாரி வழங்குகிற கற்பனாவாதிகளை மார்க்ஸ் எள்ளி நகையாடுகிறார். 1837இல் தகப்பனாருக்கு எழுதிய ஒரு கடிதத்தில், தனது இந்த இலக்கிய முயற்சிகளை அவரே கடுமையான சுய விமர்சனத்துக்கு உட்படுத்துகிறார். தனது கவிதைகளின் பொய்மைகள், செயற்கையான சாமர்த்தியம், தொனியின்மை, நாவலின் செயற்கையான நகைச்சுவை, நாடகத்தின் போலிக் கருத்தாக்கம் ஆகியவற்றை விமர்சிக்கும் இந்தக் கடிதத்தில், பிற்காலத்தில் மார்க்ஸ் விரிவாக்கிக் கொண்ட சில விமர்சனக் கொள்கைகளின் முன்மாதிரிகள் உள்ளன; அவையாவன: இலக்கியம் இயன்ற அளவு எதார்த்தத்துடன் நெருங்கியதாக இருக்க வேண்டும்; அதற்கு உருவ அமைதியும், உள்முகத் தன்மையும் அவசியம்; வார்த்தை ஜாலம் கவிதைக்குப் பதிலியாகாது; வெற்று உருவவாதம் (formalism) கலையின் எதிரி; மகத்தான படைப்புகளை புதிய படைப்புகளுக்கு உரைகல்லாகப் பயன்படுத்தலாம்.

கவிஞனாக ஆவது தன்னால் முடியாதது என்று உணர்ந்த மார்க்ஸ், கடவுள் நம்பிக்கையை மறுத்து ஒரு நையாண்டியை அறைகுறையாக முயற்சித்துவிட்டு, இலக்கியத்தையும் தத்துவத்தையும் ஒன்றிணைப்பதற்கான முயற்சிகளில் ஈடுபட்டார். “டெமாக்கிரிடஸின் இயற்கைத் தத்துவஞானத்துக்கும் எபிக்யூரஸின் இயற்கைத் தத்துவஞானத்துக்கும் இடையிலுள்ள வேறுபாடுகள்” என்ற பட்ட ஆராய்ச்சிக் கட்டுரை இவ்வகையிலான முயற்சி. இலக்கியத்தின் கடமை குறித்து மார்க்ஸ் கொண்டிருந்த கருத்துக்கள் இதில் தெளிவடைகின்றன. பாறையில் பிணைக்கப்பட்ட புரோமிதியஸ், கடவுளின் சேவகனாக இருந்த ஹெர்மிஸ்ஸிடம் சொல்கிற ஈஸ்கிலஸின் வாக்கியத்தை மார்க்ஸ் மேற்கோள் காட்டுகிறார். “ஒன்றை

உறுதி செய்துகொள். என்னுடைய இந்தத் துயர நிலயை உன்னுடைய அடிமைத்தனத்துக்கு மாற்றிக்கொள்ளமாட்டேன். பிதாவான ஸீயூஸின் நம்பிக்கைக்குரிய வேலையாளாக இருப்பதைவிட இந்தப் பாறையின் அடிமையாக இருப்பதே நல்லது". புரோமிதியஸின் இந்தச் சுதந்திர உணர்வு போராட்ட நூற்றாண்டுகளின் ஊடே மனிதனை விழிப்புறச் செய்வதாக மார்க்ஸ் காண்கிறார். புரோமிதியஸின் கதையைச் சமகாலத் தத்துவச் சிந்தனை நிலைக்கு உருவகமாகக்கொண்டு மனிதனின் தன்னுணர்வை மிகப் பெரும் உன்னதமாக அங்கீகரிக்கிறார். அரிஸ்டாடிலுக்குப் பிறகு கிரேக்கத் தத்துவச் சிந்தனை ஆன்மீக தியானத்திலிருந்து, நடைமுறை நியதிகளுக்குத் திரும்பியது போல, ஹெகலின் மூலம் உள்முகத்தன்மையில் நிறைவடைந்த ஜெர்மானியத் தத்துவச் சிந்தனை இனி செயல்பாடுகளின் தளத்திற்குத் திரும்ப வேண்டும் என்று சுட்டிக்காட்டினார் அவர். "ரூசோ, வால்டேர். ஹோல்பாஹ், லெஸ்ஸிங், ஹெய்னே, ஹெகல் ஆகியோர் ஒன்றிணைந்த ஒரு தனி ஆளுமையே டாக்டர். மார்க்ஸ் என்று இக்காலத்து மார்க்ஸைப் பற்றி மோஸஸ் ஹெஸ் ஒரு கடிதத்தில் எழுதினார். இதன் பொருள், மார்க்ஸ் தன்னை ஐரோப்பிய மறுமலர்ச்சி மரபில் நிலை நிறுத்திக்கொண்டார் என்பதே. ஹோமரின் ஒருங்கமைந்த அழகியல் உலகம், எபிக்யூரசுக்கு முற்பட்டது என்றும், எபிக்யூரஸின் அரூப, முழுமைபெற்ற தேவதைகள் கிரேக்கச் சிற்பக் கலையின் தேவதைக் கற்பனையே என்றும், லுக்ரீஷியஸ் சித்தரிப்பது எபிக்யூரசுக்குப் பிற்பட்ட ஓர் உலகம் என்றும் கட்டுரை குறிப்பிடுகிறது. லுக்ரீஷியஸின் கடவுளற்ற தீர உலகத்தைச் சான்றாகக்கொண்டு, பெரும் எழுத்தாளர்கள் தம்முடைய காலத்தின் ஆன்மாவை வெளிப்படுத்துபவர்கள் என்று அக்கட்டுரை சொல்கிறது. தனது கண்ணோட்டங்களை உன்னத இலக்கியப் படைப்புகளிலிருந்து மேற்கோள் காட்டி நிறுவும் மார்க்ஸின் பாணி இக்கட்டுரை நெடுகிலும் காணப்படுகிறது. 1841 ஏப்ரலில் டாக்டரேட் பெற்ற பிறகு, ஒரு நாடகப் பத்திரிகை நடத்துவது என்று திட்டமிட்டிருந்த முயற்சியைக் கைவிட்டார். எனினும் நாடகம், கவிதை, நாவல் போன்றவை இறுதிக்காலம் வரையிலும் மார்க்ஸின் முதன்மையான விருப்பங்களாகத் தொடர்ந்தன. அவருடைய வெவ்வேறு படைப்புகளிலும்,

அவர் புலமை பெற்றிருந்த ரஷ்யன், ஜெர்மன், ஸ்பானிஸ், கிரேக்கம், லத்தீன், பிரெஞ்சு. ஆங்கிலம், இத்தாலி ஆகிய மொழிகளின் பிரபலமான, பிரபலமடையாத இலக்கியப் படைப்புக்களை எவ்வாறு பயன்படுத்துகிறார் என்பதை 'கார்ல் மார்க்ஸும் உலக இலக்கியமும்', என்ற ஆய்வு நூலில் எஸ்.எஸ். ப்ராவேர் விளக்குகிறார். நமது நோக்கம் மார்க்ஸின் அழகியல் சிந்தனைகளை முன்னிட்டது என்பதனால் அத்தகைய நுட்பமான அம்சங்களுக்குள் நுழைவதில்லை. மார்க்ஸின் இளமைக் காலம் பற்றிச் சில குறிப்புகளை முன்வைத்ததன் நோக்கம், இலக்கியம் பிற்காலத்தில் தத்துவச் சிந்தனைக்குப் பின்துணையாக அவர் படித்துச் சேர்த்தது அல்ல; இயல்பாகவே அது அவரைப் பாதித்து ஆளுமையை உருவாக்கிக்கொள்வதில் மையமான பங்கு வகித்திருந்தது என்பதைச் சுட்டிக்காட்டவே [3].

2

அழகியல் சிந்தனைகளில் மார்க்ஸின் வழிகாட்டிகள் யார் யார் என்று கண்டுபிடிக்க முயலும் லூகாக்ஸ், லிஃப்ஷித்ஸ், பஸூரா ஆகிய அறிஞர்கள் கான்ட், விங்கிள்மான், லெஸ்ஸிங், கதே, ஷில்லர், ஷ்லெகல், ஹெகல் முதலிய பெயர்களைச் சென்று அடைகிறார்கள். 'அந்நியப்படுத்தப்பட்ட கலை' பற்றி கியார்க் போர்ஸ்டர், ஃபிஹ்தே என்பவர்களின் சிந்தனைகளும், ஜெர்மானியர் அல்லாத ப்ளாட்டோ, அரிஸ்டாடில் முதல் ரூசோ, திதரோ வரையிலானவர்களின் இலக்கிய, சமூகச் சிந்தனைகளும் மார்க்ஸிடம் செல்வாக்குச் செலுத்தியிருக்கின்றன [4]. ஓர் இலையைப் பார்த்ததுமே மரத்தை முழுமையாகக் கற்பனை செய்யும் திறன்கொண்ட மார்க்ஸுக்கு இவர்களின் எல்லா நூல்களையும் படிக்காமலேயே பொதுவான சிந்தனைப் போக்கு களை அறிந்து கொள்வது கடினமானதாக இல்லை. 1842இல் பத்திரிகைத் துறையில் கால்வைத்த மார்க்ஸின் முதற் கட்டுரையே தணிக்கை முறைக்கு எதிராகக் கருத்துச் சுதந்திரத்தைக் காப்பதற்கான ஓர் அழைப்பாக இருந்தது. தணிக்கை அதிகாரிகளின் தலையீடு காரணமாக அது ஜெர்மனியில் வெளியிடப்படவில்லை. மறுவருடம் சுவிட்சர்லாந் திலிருந்து ஆர்னால்டு ரூஷ் வெளியிட்ட 'அனக்டோட்டா' என்ற தொகுப்பில் இடம் பெற்றது. மார்க்ஸின் நடை உருவானதும், சமூகப் பொருளாதார நிலைக்கும்; தொழில்முறை எழுத்தாளர்களுக்குமுள்ள உறவை வெளிப்படையாக அலசத் தொடங்கியதும், "ரைட்னிஸ்ஹ் ஸெய்ட்டுங்" (ஏறத்தாழ ஜெர்மன்

கெஸட் என்று பொருள்) என்ற சுதந்திர செய்திப் பத்திரிகையின் பணியாளர் என்ற நிலையில் எழுதிய கட்டுரைகளில்தான். எழுத்தாளனுக்கு வாழ்க்கை நடத்தவும், எழுதவும் ஒரு பிழைப்பு முறை அவசியம். ஆனால் அவனுடைய வாழ்க்கையும் எழுத்தும் பிழைப்புக்காக என்று மாறிவிடக் கூடாது என்று ஒரு கட்டுரையில் சொல்கிறார். பெராங்கர் என்ற கவிஞனை மேற்கோள் காட்டி, கவிதை ஒரு நோக்கத்தை அடைவதற்கான வழியாகக் கூடாது என்று அறிவிக்கிறார்; "ஓர் எழுத்தாளன் தனது படைப்புகளை ஒரு நோக்கத்தை அடைவதற்கான வழியாகக் கருதவில்லை. படைப்பின் நோக்கம் படைப்பே. படைப்பின் நிலையிருப்புக்காக, அவசியமானால் தனது நிலை யிருப்பைப் பலியிடவும் அவன் தயாராக இருப்பான். அவ்வளவு தூரம் படைப்பு அவனுக்கோ, பிற நபர்களுக்கோ, வழியாக இல்லாமலிருக்கிறது" [5]. பத்திரிகைத் தொழிலில் முதன்மை யான சுதந்திரம், ஒரு வியாபாரமாகாமல் இருப்பதான அதன் சுதந்திரமே. அதை ஒரு பிழைப்பு முறையாகக் கொள்பவனுக்கு அத்தகைய ஓர் இருப்பே தண்டனை என்றும் மார்க்ஸ் தொடர்கிறார். கவிஞனின் படைப்பு அந்நியமாதல் இல்லாத ஒரு படைப்புச்செயல் என்றும், வியாபார நெருக்கடிக்கு ஆளாக நேர்ந்தாலும் வியாபார மதிப்பீடுகளுக்குச் சேவை செய்யாமல் இருக்க கவிதைக்குச் சுதந்திரம் உண்டென்றும் அவர் குறிப்பிடுகிறார். எனினும், இலக்கியம் துன்புறுத்துபவர்களின் கையில் துன்புறுத்தும் ஓர் ஆயுதமாக மாறும் என்பதையும் அவர் காணத் தவறவில்லை. இலக்கியத்தை எதார்த்தத்தைத் தெளிவு படுத்துவதற்குப் பதிலாக, குழப்புவதற்குப் பயன்படுத்துபவர்களை மார்க்ஸ் விமர்சிக்கிறார். முன்பு, ஷில்லருக்கு எதிராக இந்தக் குற்றச்சாட்டை முன்வைத்தார். இம்முறை குஸ்தாவ் யூகோ என்ற எழுத்தாளன் அம்புக்கிரையாகிறான். "அபரிமிதமான அன்பால்" எதிரியின் கையை வீங்கும்வரை நெறிப்பதுபோல கவிதை, சில சமயங்களில் மிருகத்தன்மையை உணர்ச்சிகரமாக நியாயப்படுத்துகிறது. 'நடைமுறையிலுள்ள எல்லாவற்றையும் விமர்சிப்பதே நமது கடமை' என்று 1843இல் ஆர்னால்டு ரூஷூக்கு எழுதும் போது, நாடகம், கவிதை போன்றவை வாழ்க்கை பற்றிச் சில சமயம் வெளியிடும் பொய்யுணர்வுகள் மார்க்ஸின் மனதில் இருந்திருக்க வேண்டும். வனங்களின்

கொள்ளையடிப்பைப் பற்றிய கட்டுரையொன்றில்தான் சித்தாந்தம் என்ற சொல்லை மார்க்ஸ் முதன் முதலாகப் பயன்படுத்துகிறார். "பொய்ப் பிரக்ஞை" (False Consciousness) என்ற அர்த்தத்தையே அவர் அந்தச் சொல்லுக்குக் கற்பிக்கிறார். சமூகத்தின் ஏதாவது குழுவோ, வர்க்கமோ தனது சொந்த அக்கறைகளைப் பாதுகாக்கவோ, லாபங்களை நியாயப்படுத்தவோ, பிரச்சாரம் செய்யும் பொய்யுணர்வே 'சித்தாந்தம்'. அவ்வாறு அது வர்க்க அக்கறைகளையும், பௌதிக நிலைகளையும் பிரதிபலிக்கிறது.

பத்திரிகைத் துறையில் ஈடுபட்டிருந்த காலத்தில் மார்க்ஸ் முன்வைத்த இன்னொரு கண்டுபிடிப்பு மொழியைச் சார்ந்தது. நிதானமாகவும், மென்மையான படிமங்களிலும் பேசுகிற பழைய கவிஞர்களின் மொழி கடினமான நவீன எதார்த்தங்களை வெளிப்படுத்த இயலாதது என்றும் அதற்கு வலுவான ஒரு புதிய மொழி தேவையென்றும், குறிப்பிடுகிறார். தூய அழகியல் வாதிகளின் போலி அழகுகளை எதிர்க்கவும், கற்பனாவாதிகளின் இருண்மையைச் சந்தேகிக்கவும், வெறும் பிரச்சாரத்துக்காக எழுதப்படும் இலக்கியத்தைத் தனது பத்திரிகைப் பகுதிகளிலிருந்து விலக்கவும், அதேசமயம், திறனும் ஆத்மார்த்தமுமுள்ள கியார்க் ஹெர்வேக் போன்ற மக்கள் கவிஞர்களை உற்சாகப் படுத்தவும் செய்கிற, தேடல் தன்மை கொண்டவரும் கலகக் காரருமான மார்க்ஸ் 'ஜெர்மன் கெஸ்ட்'டின் பக்கங்களில் நமக்கு அறிமுகமாகிறார்.

1843இல் அந்தப் பத்திரிகை வேலையை ராஜினாமா செய்துவிட்டு ஜென்னிவான் வெஸ்ட் ஃபாலனைத் திருமணம் புரிந்துகொண்டார். அதன் பிறகு வரலாற்று, அரசியல் கோட்பாடுகளில் அதிக கவனத்தைச் செலுத்தலானார். ஹெகலின் அரசியல் சட்டக் கண்ணோட்டம் குறித்த விமர் சனத்தை, ஹெகலிய மொழி அமைப்பின் தர்க்கத்தையும், இலக்கணத்தையும் ஆய்வுக்குட்படுத்திக்கொண்டு தொடங்குகிறார் மார்க்ஸ். ஷாட்டூப்ரியங், ரூசோ, மான்டெஸ்க்யு, மாக்கியவல்லி ஆகியோரின் நூல்களை மார்க்ஸ் ஆழ்ந்து படிக்கத் தொடங்கியது இக்காலத்தில்தான். எல்லாவற்றையும் விற்பனைச் சரக்காக மாற்றுகிற பணத்தின் மந்திரத்தன்மை பற்றி 'பூதப் பிரச்சனை பற்றி' என்ற கட்டுரையில் குறிப்பிடுகிறார்.

சமூகத்தில் பணத்தின் ஆதிக்கம் அதிகரிக்க அதிகரிக்க கலையின் –பால் வெறுப்பு அதிகமாகிறது என்றும், பத்தொன்பதாம் நூற்றாண்டு முதலாளித்துவம் உழைப்பின் பிற துறைகளிலிருந்து மனிதனை விலக்குவது போலவே கலை மரபிலிருந்தும் அவனை விலக்குகிறது என்றும் கட்டுரை சுட்டுகிறது. விவரணை நாவல்களுக்கும் வரலாற்றுக்கொப்பான இடத்தையே மார்க்ஸ் வழங்குகிறார். சமூகத்தில் புராணிகத்தின் (Mythology) பங்கு பற்றி ஹெகலியத் தத்துவ விமர்சனத்துக்கு எழுதிய முன்னுரையில் காணலாம், புராதன மனிதர்கள் தங்களுடைய பழைய வரலாற்றைக் கற்பனையினூடேயும், புராணங்களினூடேயும் வாழ்ந்திருந்தனர், புராணிகத்தை இலக்கியம் விமர்சனரீதியாகப் பயன்படுத்திக்கொள்கிறது என்பதற்கு மார்க்ஸ் ஈஸ்கிலஸின் நாடகங்களைச் சுட்டிக்காட்டுகிறார்.

1844இல் வெளியான 'நெசவாளிகளின் பாட்டு', ஹெய்னேயின் 'சைலேஷிய நெசவாளிகள்' என்ற கவிதைகள் மார்க்ஸைச் சிறப்பாகக் கவர்ந்திருந்தன. பழைய நாட்டுப் பாடல்களிலிருந்து புதிய பாட்டாளி வர்க்கக் கவிதை நோக்கிய மாற்றத்தின் முதல் ஒளிக்கீற்றுகளை இக்கவிதையில் கண்டார். உருவத்தை, உள்ளடக்கத்தை விட முக்கியமானதாகக் கருதும் மரபை அவர் விமர்சித்தார். "ஒவ்வொரு விஷயத்திலும் தங்களுடைய நடையை (உருவத்தை) விளம்பரப்படுத்த வாய்ப்பைக் காண்பவர், வெறும் உருவ ரீதியான இந்தச் செயல் மூலம் குழப்பமான ஓர் உள்ளடக்கத்துக்கு இட்டுச் செல்லப் படுவர். இந்தக் குழப்பமான உள்ளடக்கம் எதிர்மறையாக அதன் உருவத்தில் விகாரமாகத் தோன்றும்" *[6]*. வெற்றான தன்னுணர்வில் மூழ்கிய ஆர்னால்டு ரூஷின் 'ரெடிமேடு' வாய்ப் பந்தலை மார்க்ஸ் கேலி செய்கிறார். "உருவத்துக்கு எந்த மதிப்புமில்லை–அது உள்ளடக்கத்தின் உருவமாக இல்லை என்னும் போது" என்ற மார்க்ஸின் 1842ஆம் வருடத்திய அறிவிப்பும், வெறும் அழகியல்வாதம், உருவவாதம் இவை பற்றி அவர் கொண்டிருந்த அவநம்பிக்கையும் இந்த விமர்சனத்துடன் இணைத்துப் பார்க்க வேண்டியவை.

☆

3

மார்க்ஸியத் தத்துவ சிந்தனைப் பரிணாமத்தின் மையமான 1844 பாரீஸ் கையெழுத்துப் படிகள்’ எனப்படும் பொருளாதார தத்துவக் குறிப்புகள், அழகியல் பிரச்சனைகளை வெவ்வேறு தளங்களில் கையாளுகிறது. “விலங்குகளும் உற்பத்தி செய்கின்றன. சரி, தேனீக்கள், நீர் நாய்கள், எறும்புகள் ஆகிய உயிரினங்களும், தாமாகவே கூடுகளையும், வளைகளையும் அமைத்துக்கொள்கின்றன. ஆனால், அவற்றுக்கோ, அவற்றின் சந்ததிக்கோ, உடனடித் தேவையானவற்றையே அவை உற்பத்தி செய்கின்றன. அவற்றின் உற்பத்தி ஒருபட்சமானது; மனிதனின் உற்பத்தியோ அனைவரையும் தழுவியது. விலங்கு உடனடி பௌதிகத் தேவையின் நெருக்கடியில் உற்பத்தியில் ஈடுபடுகிறது. மனிதனோ பௌதிகத் தேவையிலிருந்து விடுதலை பெற்ற பிறகும் உற்பத்தியில் ஈடுபடுகிறான். உயிரினம் அது உள்ளடக்கிய இனத்தின் வரையறைக்கும், தேவைக்கும் இசைய பொருட்களுக்கு உருவம் தரும்போது, மனிதன் ஒவ்வொரு இனத்தின் வரையறைக்கும் பொருந்த உற்பத்தி செய்யத் தெரிந்தவன். பொருளின் வரையறையை எல்லா இடங்களிலும் பயன்படுத்தத் தெரிந்தவன். ஆகவே மனிதன் அழகின் விதிகளுக்கேற்ப பொருட்களுக்கு உருவம் கொடுக்கிறான்” [7], கலை சிறப்பான மனிதத் தேவைகளிலிருந்து உருவாகிறது. வெறும் பௌதிக பொருளாதாரத் தேவைகளைக் கடந்து செல்கிறது. கூடவே, சிறப்பான தேவைகளை நிறைவு செய்வதன் மூலம், கலை அந்தத் தேவைகளைப் படைக்கவும் வலுப்படுத்தவும் செய்கிறது.

“புறவயமாக வளர்க்கப்பட்ட மனித சாரத்தின் இருப்பு மூலமே, மனிதனின் அகவயப் புலன்களின் செல்வம்–இசையை ரசிக்கும் காது, உருவ அழகைக் காணும் கண், சுருக்கமாக மனிதவயமாக நிறைவு தேடும் புலன்கள், மனிதனை உருவாக்கும் கூறுகள் என்ற நிலையில் அவன் உருவாக்கிக்கொள்ளும் புலன்கள்–உருவாகவோ, போஷிக்கப்படவோ செய்கின்றன. காரணம், ஐம்புலன்கள் மட்டுமல்ல, மனப்புலன்கள் எனப்படும் நடைமுறை உணர்வுகளும் (ஆசை, அன்பு முதலியவை) – ஒரே வார்த்தையில் சொன்னால் மனிதவயப் படுத்தப்பட்ட புலன்கள் அல்லது புலன்களின் மனிதத்தன்மை – அவற்றின் அறிபொருளான (Subject) மனிதவயப்படுத்தப்பட்ட இயற்கை காரணமாகவே உயிர் பெறுகின்றன. ஐம்புலன்களின் உருவாக்கம் இன்று வரையிலான உலக வரலாற்றின் மொத்தப் படைப்பாகும் *[8]*”.

மனித இருப்புக்கு ஓர் அழகியல் பரிமாணம் உண்டு என்றும் இது வரலாற்றுரீதியாக வளர்ச்சி பெறுவது என்றும், மனிதப் புலன்கள் விலங்குகளின் புலன்களிலிருந்து வேறுபட்டு மனிதத்துவம் அடைபவை. வான்கோவின் மஞ்சளையும் ஆரஞ்சுப் பழத்தின் மஞ்சளையும் வேறுபடுத்திக் காண்கிற கண், கல்யாணி ராகத்தில் ஓர் அபசுரம் தட்டினால் புரிந்துகொள்கிற காது, சுவைப்பதன் மூலமாக ஒவ்வொரு வகைத் தேநீரையும், மதுவையும் வேறுபடுத்திக்கொள்கிற நாக்கு, குழந்தையின் மிருதுத்தன்மையையும், பூவின் மென்மையையும், பட்டின் மென்மையையும் தொட்டு உணரும் சருமம், குழப்பமான வாசனைகளிலிருந்து பெட்ரோலின் நெடியை, எரியும் ரப்பரின் நாற்றத்தை, அத்தரின் மணத்தை வெவ்வேறாகச் சொல்லும் மூக்கு. இவை உருவாவது – மனிதவயப்படுத்தப்பட்ட இயற்கை மூலமாகவே என்றும் மார்க்ஸ் கண்டடைகிறார். முதலாளித்துவ சமூகத்தின் வரலாற்று, பொருளாதாரச் சூழலில் சிதிலமடைந்த மனிதனை மீண்டும் ஒருமுறை முழுமையானவனாகக் காணும் முயற்சியில்தான், மனித இருப்பில் அழகியல் துறையின் மையமான பங்கை அவர் புரிந்துகொண்டார். மனிதன் ஒரு படைப்பாளி என்பதனாலேயே உலகத்தை அழகுமயமாக்காமல் இருக்க அவனால் முடியாது. அவன் விலங்காக நேரும்போது அவனால் இது முடியாமற் போகிறது.

முதலாளித்துவத்தில் உழைப்பை விற்க நேர்கிற, தன்னையே விற்க நேர்கிற தொழிலாளியின் நிலை இதுதான். மனிதன் எந்த அளவு திறமைகளைக் கடவுளுக்கு ஏற்றி வைக்கிறானோ, அந்த அளவு தனது திறமைகளையும் இழக்கிறான். மதத்தில் நிகழ்வது இவ்வாறு என்றால், முதலாளித்துவத்தில் தொழிலாளி எவ்வளவு உற்பத்தி செய்கிறானோ, அதைவிடக் குறைவானதே அவனுடைய உபயோகத்திற்குக் கிடைக்கிறது. அவன் எவ்வளவு அதிகமாக மதிப்பீடுகளை உருவாக்குகிறானோ, அந்த அளவு கௌரவங்களையும், மதிப்பீடுகளையும் அவன் இழக்கிறான். உற்பத்திப் பொருள் அழகுடையதாகும் போது தொழிலாளி விகாரமானவனாகிறான். உற்பத்திப் பொருள் நவீனமானதாகும் போது தொழிலாளி புராதனமானவனாகிறான். உழைப்பு வலுவர்னதாக மாறும்போது உழைப்பவன் பலவீனனாகிறான். அவ்வாறு தொழிலாளி வேறு யாருக்காகவோ, உற்பத்தி செய்கிறான். வேறு யாருடைய திட்டங்களையோ நிறைவேற்றுகிறான். உழைப்பு தன்வெளிப்பாடு என்பதற்கு மாறாக அடிமைத்தனமாக மாறுகிறது. "ஒவ்வொரு மனிதனும் தனது ஆசைகளை நிறைவேற்றிக்கொள்வதற்காக, மற்றவர்களைக் கீழ்படியச் செய்யும் திறமை கொண்ட ஓர் அந்நியப் பொருளை உயிர்ப்பிக்கிறான். பொருட்களின் எண்ணிக்கை அதிகரிப்பதோடு அந்த அந்நியப் பொருள்களின் உலகமும் வளர்ச்சியடைகிறது. ஒவ்வொரு புதிய உற்பத்திப் பொருளும் மனிதர்கள் தமக்குள் வஞ் சித்துக்கொள்ளவும், கொள்ளையடிக்கவும் ஒரு புதிய வழியாகப் பொருட்கள் மற்றும் தேவைகளின் பெருக்கம் மனிதனை அகவயமான, விலங்குத்தன்மையுள்ள, போலித்தனமான, இயல்பான குணங்கள் இல்லாத, கற்பனைப் பேராசைகளைக் கண்டுபிடிக்கிற, எப்போதும் கணக்குப் பார்க்கிற ஓர் அடிமையாக மாற்றுகிறது" – இவ்வாறு இந்த அந்நியமாதல் விளக்கப்பட்டிருக்கிறது [9]. கலையையும் சில சமயம் இந்த அந்நியமாதல் பாதிக்கிறது. முதலாளித்துவத்தில் கலை, விற்பனைச் சரக்காகும்போது, லாபத்துக்கான காரணியாகும் போது "பயன்பாட்டுத் தன்மை" கொண்டதாகிறது. அவ்வாறு வாணிபத்தின் தேவை, விநியோக விதிகள் கலைஞன் மீது செல்வாக்குச் செலுத்த முற்படுகின்றன. வாணிபத்தைக் கட்டுப் படுத்துபவர்களின் அக்கறைகளும், ஆசை, ரசனைகளும்

கலைஞனைக் கீழ்ப்படுத்த எத்தனிக்கின்றன. முதல் தரமான கலைஞன் இந்தத் தளையை வென்று, படைப்பாற்றலின் மேன்மையால் உண்மையைத் தேடுபவனாகிறான். ஆனால் ‘சராசரி’ எழுத்தாளர்கள் சந்தைக்காக அதன் விருப்புகளுக்குத் தகுந்தது போல எழுதுகின்றனர். கீழான ரசனையைப் பேணி, கீழான ரசனையையே வளர்க்கின்றனர் – ஜனரஞ்சக சினிமாக் காரர்களையும், ‘முக்கோணக் காதல் கதைக்காரர்’களைப் போல. இங்கே உழைப்பைப்போலவே கலையும் விற்பனைச் சரக்காகிறது; கலை தன்வெளிப்பாடு என்பதற்கு மாறாக, கலைஞனின் படைப்பாற்றலுக்கு எதிராக, தன்னையே எதிர்ப்பதாக மாறுகிறது. கலைஞன் தனது உற்பத்தியில் முழுமையாகத் தன்னைக் கண்டடைவதற்குப் பதிலாகத் தனக்கு அந்நியமான அம்சங்களைக் காண்கிறான். பௌதிகமாகப் ‘பயன்பாட்டுத் தன்மை’ கலையை ஆட்சி செய்யும்போது கலையின் சாரமே எதிர்க்கப்படுகிறது. காரணம், பிற உற்பத்திகளைப் போல கலை மனிதனின் சில பௌதிகத் தேவைகளை மட்டும் நிறைவேற்றுவதில்லை. பொருள்வயமான உலகில் தன்னை வெளிப்படுத்தவும், நிறுவுவதுமான மனிதனின் பொதுத் தேவையையே கலை நிறைவேற்றுகிறது. முதலாளித்துவம் கலையை ‘உற்பத்தியின் பொது விதிகளுக்குள்’ அடக்குவதன் மூலம் கலையின் எதிரியாகிறது. முதலாளித்துவத்திலும் உண்மைக் கலைஞன் பட்டினியையும், புறக்கணிப்பையும் ஏற்றுக்கொண்டு சந்தை விதிகளை எதிர்க்கிறான். மற்ற உற்பத்திப் பொருட்களின் விதிகளிலிருந்து கலையைக் காப்பாற்றுவதற்காகப் போராடுகிறான். எனினும் இந்த அந்நியமாதலின் மூலம் (Sourcc) கலைக்கு வெளியில் நடைபெறுவது என்றும், சமூக–பொருளாதார ரீதியிலான ஒரு நிகழ்வு என்றும், சமூக உறவுகளில் தோன்றும் அடிப்படையான மாற்றத்தின் மூலமாகவே உழைப்புக்கு மனிதத்துவமும், கலைக்கு ஆன்மீகத் தன்மையையும் திரும்பப்பெற இயலும் என்றும் அறியும்போது, அவன் சமூக விடுதலையின் அணியில் நிற்கிறான். அவ்வகையில் உலகமாற்றத்தை ஒட்டிய தனிமனித மாற்றம் ஏற்படுகிறது. கலையின் விடுதலை மனித இன விடுதலையின் பகுதியாக மாறுகிறது.

தனக்கேற்ற ஓர் உலகத்தை உருவாக்குவதற்காக, இயற்கையைத் திருத்த முயலும் மனிதனின் வரலாற்று – சமூக இருப்பின் அடிப்படை, அவனுடைய (மாற்றும்) செயல்பாடு (Praxis). இதுவே எதார்த்தத்துடன் அவன் கொள்ளும் அழகியல் உறவுக்கும் அடிப்படை. அறிபவனின் (Subject) புறவயமாக்கப்பட்ட விரிவாக, புலனின் செயல்பாடாக, உற்பத்தியாகக் கலைப்பொருளைப் பார்க்கிற இடத்தில் தான் இயங்கியல் பொருள் முதல்வாதம், கருத்து முதல் வாதத்திலிருந்தும், வறட்டுப் பொருள்முதல்வாதத்திலிருந்தும் வேறுபடுகிறது. உலகத்துடன் படைப்புரீதியாகவும், அழகியல் ரீதியாகவும் மனிதன் உறவுகொள்ளும் கலைப்படைப்பில் செயல்வடிவமாக இருப்பது புறவடிவமாக (பொருள் வடிவமாகவே) மாறுகிறது. அறிபொருள் (Object) அறிபவனாக மாறுகிறது. அறிபவனின் புறவயப்பட்ட இந்த வெளிப்பாடு, செயல்வடிவை, படைப்பவனைக் கடந்து பிற நபர்களும் பங்கிடும் ஒன்றாக ஆகிறது. அவ்வாறு கலைப்படைப்பு அறிபவன், தன்னை வெளிப்படுத்துகிற, புறவயத்தன்மை கொண்ட, தன்னையே புரிந்துகொள்கிற ஒரு பொருளாக நிலைபெறுகிறது. இங்கே கலைஞன் தன்னை அந்நியப்படுத்திக் (Alienate) கொள்வதில்லை. மாறாக, புறவயப்படுத்தி (Objectify) கொள்கிறான். மனிதன் தன்னை வெளிப்படுத்திக்கொள்ள அவனையே கடக்க வேண்டியிருக்கிறது; புறவயப்படுத்திக் கொள்ள வேண்டியிருக்கிறது. இது மனிதனுக்கு மட்டுமேயான தனித்திறன். இந்தத் திறனின் மூலம் மனிதனை மனிதவயப்படுத்துவதில் கலை மையமான பங்கு வகிக்கிறது.

இந்தப் பொருள்வயமாதலை, அந்நியமாதலிலிருந்து பிரித்தறிய முடியாமற் போனதே ஹெகலிய அழகியலின் பலவீனம். இந்த அடிப்படையில்தான் ஹெகலின் ‘ஆன்மாவின் நிகழ்வியல் கோட்பாட்டை’ (Phenomenology of the Spirit) மார்க்ஸ் விமர்சிக்கிறார். மனிதன் என்றால் உழைப்பு என்று பொருள். உழைப்பின் மூலமே மனிதன் தன்னை உற்பத்தி செய்து கொள்கிறான் – படைக்கிறான். இந்தக் கண்ணோட்டத்தில் மார்க்ஸ் ஹெகலுடன் உடன்படுகிறார். ஆனால் உழைப்பை உண்மையானதாக, நடைமுறையாக, வரலாற்றுத் தன்மை கொண்டதாகக் காண்பதில் ஹெகல் தோல்வியடைகிறார்.

தனிச்சொத்து, அந்நியப்படுத்தப்பட்ட உழைப்பு ஆகியவற்றில் வேரூன்றிய ஒரு சமூகத்தில், உழைப்பே படைப்பாக்கத்துக்கு எதிரிடையாக, சுமையாகவும், துன்பமாகவும் (தொல்லையாகவும்) மாறக்கூடும் என்பதை ஹெகல் அறியவில்லை. உழைப்பை ஆன்மாவின் (Spirit) பொருள்வயப்படுதலாகக் காண்பது மூலம் உழைப்பின் தற்சார்பற்ற ஸ்தூல வடிவங்களை ஹெகல் புறக்கணிக்கிறார். மனிதன் ஒரே சமயத்தில் அறிபவனும், அறிபொருளுமாகிறான். எந்த அளவு தன்னைப் புறவயப்படுத்திக் கொள்கிறானோ, அந்த அளவு அவன் மனிதத்துவம் அடைகிறான். அறிபொருளின் நிலையிருப்பே அறிபவனுக்கு அந்நியமான நிலை, புறவயப்பட்ட நிலை என்று ஹெகல் கருதுகிறார். ஆனால் பொருளின் நிலையிலிருப்பிலுள்ள நன்மை தீமைகளை மார்க்ஸ் கண்டார். அறிபவனின் பொருள்வயமாதல் (objectification of a subject) என்ற நிலையில் உழைப்பு, கலை, விஞ்ஞானம் ஆகியவற்றின் நிலையிருப்பு நன்மையானது. ஆனால் முதலாளித்துவ சமூகத்திலோ அந்நியப் படுத்தப்பட்ட உழைப்பு மனிதனுக்கெதிராக ஓர் எதிர்மறைப் பொருள்வயமாதலுக்கு உயிரளிக்கிறது. எல்லா உழைப்பிலும் பொருள்வயமாதல் இயல்பானது. ஆனால் அந்நியமாதல் என்பது தனிச் சொத்துடமை மரபில் நேரும் கொடிய விபத்து. தன்னை மனிதவயப்படுத்திக்கொள்ளும் இயற்கையின் அங்கமே மனிதன்; இயற்கையின் அங்கமாக இருக்கும் போதே அவன் இரண்டு வழிகளில் இயற்கையை மீறிச் செயல்படுகிறான். வெளிப்படையாக இயற்கையில் செயல்பட்டு அதனை மனித எதார்த்தமாக (மனித உண்மையாக) மாற்றுவது ஒன்று. மறைமுகமாகத் தனது விலங்கியல் இருப்பைவென்று தனக்கான இயற்கையைச் சீரமைப்பது மற்றொன்று. பொருள்வயமாக்கும் திறன் மனிதனைப் புராதனத்தன்மையிலிருந்து உயர்த்தி, விலகி நின்று பார்க்கவும், அறிந்துகொள்ளவும், படைக்கவும், அவனைத் தகுதிப் படுத்தியது. ஆனால் உழைப்பை விற்பனைச் சரக்காக மாற்றும் முதலாளித்துவம் அந்நியப்படுத்தலின் வடிவில் மனிதனை மீண்டும் விலங்காக மாற்றுகிறது. அடிப் படையில் இயற்கையின் மனிதவயமாதலே உழைப்பு – பௌதிக உழைப்பு. இந்த உழைப்பே தனது பௌதிகத் தேவைகளை நிறைவேற்றிக்கொள்வதற்காக இயற்கையை மாற்றுகிறது.

நெறிப்படுத்துகிறது. சிந்தனைரீதியான உழைப்பு, கலாரீதியான உழைப்பு, மனித லட்சியங்களை, ஆசைகளை, கருத்துக்களை, கற்பனைப் பொருள்வயமாக்குவதன் மூலம் மனிதசாரத்தை வெளிப்படுத்துகிறது. உழைப்புக்கும் கலைக்கும் இடையில் எந்த முரண்பாடும் இல்லை. உழைப்பு அந்நியமாகிற போதுதான் அது கலையின் எதிர் துருவத்தைச் சென்றடைகிறது. எனினும் கலையையும், உழைப்பையும் முற்றிலும் வேறுபாடற்றவை என்று கூறுவதும் சரியல்ல. அவை இரண்டு வகையான தேவைகளை நிறைவேற்றுகின்றன. உழைப்பு நடைமுறையிலான பௌதிகத் தேவைகளை நிறைவேற்றுகிறது. கலை மனிதசாரத்துக்கும், பொருளுக்கும் உள்ள உறவை வெளிப்படுத்தும் ஆன்மீகத் தேவையை நிறைவேற்றுகிறது. உழைப்பு படைப்பாகும் போது கலையை நெருங்குகிறது. கலையின் பயனைக் காண வேண்டியது, ஏதேனும் ஒரு குறிப்பிட்ட பௌதிகத் தேவையை ஈடுசெய்யும் தன்மையிலல்ல. சகலத்தையும் மனிதவயப்படுத்தி, தான் படைத்த பொருள்வயமான உலகில் தன்னைக் கண்டடைய தனது முத்திரையை உலகில் பதிக்க, மனிதன் கொள்ளும் பொதுத் தேவையையே கலை நிறைவேற்றுகிறது. "உழைப்பு பயன்பாட்டுத் தன்மை கொண்டது. கலையோ பரிசுத்தமான மகிழ்ச்சி; தூய விளையாட்டு" என்று கான்ட் குறிப்பிட்டார். அவை இரண்டுமே பயன்பாட்டுத் தன்மை கொண்டவை என்கிறார் மார்க்ஸ். பௌதிக உழைப்பின் பயன் ஒருதலையானது; நோக்கம் கொண்டது. ஆனால் கலையில் உழைப்பின் பயன் விரிவானது; ஆன்மீகமானது. உழைப்பின் ஆன்மீகத்தன்மையை பௌதிகமான, குறிப்பான பயன்பாட்டுத் தன்மையிலிருந்து விடுபடச் செய்து மனிதத்துவமான பொதுப்பயனாக மாற்றுகிறது கலை.

ஹெகல் மனிதனைச் 'சிந்திக்கும் உயிராக'க் கண்டார். புலனுணர்வுகள் கொண்ட உயிரினம் என்ற நிலையிலும் மனிதன் சிறந்தவன் என்றார் மார்க்ஸ். பொருட்களைப் பற்றிய மனித உணர்வு மனிதப் புலன்களில் மட்டுமே தங்கி நிற்கிறது. இசைவயப்படுத்தப்படாத காதுக்கு மிக இனிமையான இசைகூட அர்த்தமற்றது. பொருள்வயமான உலகில் புலன்கள் மனிதனின் தன்னறிவுக்கும், தன்னிருப்புக்கும் உதவுகின்றன. "புலன்கள் தமது செயல்பாடுகளில் நேரடியான தத்துவஞானிகளாக

மாறியிருக்கின்றன. மனிதனின் சுயக் கண்ணோட்டத்திலிருந்து அழகியல் உணர்வு உண்டாகிறது" என்று 'கையெழுத்துப் படிகள்' குறிப்பிடுகிறது. இசை முதன்மையாக மனிதனின் இசை உணர்வை விழிப்படையச் செய்ய வேண்டும். கோட்பாடு ரீதியாகவும், நடைமுறை சார்ந்தும் மனித சாரத்தின் ஸ்தூலமான வளர்ச்சி இந்த இலட்சியத்தை அடைய தேவையானது–மனிதப் புலன்களை முற்றாக மனிதத்துவமாக்க, மனிதத்துவமும் இயற்கையானதுமான நிலையிருப்பின் முழு வளமைக்கும் துணையான மனிதப்புலனை உருவாக்க. மனித புலனுணர்வின் சிறப்பான வடிவமே அழகுணர்வு. பொருட்களுக்குத் தனிப்பட இல்லாத மனித அர்த்தத்தை வழங்கி, சீரற்ற பொருட்களைச் சீரான, அழகான பொருட்களாக மறுவடிவம் பெறச் செய்கிறான் மனிதன். இயற்கையை அச்சுறுத்தும் அந்நிய சக்தியாகக் கருதிய புராதன மனிதனுக்கு, இயற்கை அழகானதாக இருந்திருக்க முடியாது. இயற்கையை அடிமை படுத்தப்பட வேண்டிய ஓர் எதிரியாகவே கருதியிருந்தான் என்பதைக் குகை ஓவியங்களும் பிறவும் தெளிவுபடுத்துகின்றன. இயற்கையை மனிதவயப்படுத்தி உலகத்துடன் இணைக்கும் போதுதான் அது அழகுடையதாக உருப்பெறுகிறது. மனிதத்துவரீதியிலும் சமூகரீதியிலும், முக்கியத்துவம் பெறும் போதே, இயற்கையின் நிகழ்வுகள் 'அழகானவை'யாகின்றன. அதே சமயம் இந்த இணைவு வெறும் செயல் நிறைவேற்றல் மட்டுமல்ல ஒரு பௌதிக அடிப்படை கொண்டது. புலன் சார்ந்த சில இயல்புகளின் விசேஷமான ஒருங்கிணைவு மூலம்தான் அது மனித முக்கியத்துவம் பெறுகிறது. கலையில் ஒவ்வொரு புலனும் அதனதன் பொருளைக் கண்டடைகிறது. ஒவ்வொரு புலனுக்கும் அதற்குரிய அறிபொருள், ஒவ்வொரு அறிபொருளுக்கும் அதற்குரிய புலன் இருக்கின்றன. கண்ணின் அறிபொருள் காதின் அறிபொருளிலிருந்து வேறுபட்டது. அவ்வகையில் பொருட்களுக்கும் புலன்களுக்கும் இடையில் உள்ள உறவுகள் ஓவியமாக, இசையாக, பிற கலைகளாக வேறுபடுகின்றன. ஒவ்வொரு கலையும் அவற்றின் புலன் சார்ந்த வரையறைகளை ஏற்றுக்கொண்டே ஆக வேண்டும். ஓவியமும், இசையும் சுருக்கப்பட முடியாத இரண்டு கலை வடிவங்கள். "மனிதன் மனிதன்தான் என்றும், உலகத்துடனான அவனுடைய

உறவு மனிதத்துவமானது என்றும் கற்பனை செய்வோம். அவ்வாறானால் அன்பை அன்பாலும், நம்பிக்கையை நம்பிக்கையாலும்தான் பரிமாறிக்கொள்ள இயலும். கலையை அனுபவிக்க, நீங்கள் கலாரீதியாகத் தேர்ச்சி கொண்ட நபராக இருப்பது அவசியம். மற்றவர்கள் மீது செல்வாக்குச் செலுத்த விரும்பினால், மற்றவர்கள்பால் உணர்வும், உற்சாகமும் உருவாக்கக்கூடிய நபராக நீங்கள் இருக்க வேண்டும். இயற்கையுடனும், மனிதனுடனும் உங்களுக்குள்ள ஒவ்வொரு உறவும், உங்கள் விருப்பமான அறிபொருளுக்கு, உங்களுடைய உண்மையான தனிவாழ்க்கைக்கு இசைந்த, சிறப்பான வெளிப்பாடாக இருக்க வேண்டும்" *[10]*. (இந்த முதல் வாக்கியத்தை லியோனல் ட்ரில்லிங் திரும்பச் சொல்கிறார். மனிதன் மனிதனாக இல்லாமற் போகக் கூடும் என்ற அச்சம் பத்தொன்பதாம் நூற்றாண்டுச் சிந்தனையாளர்கள் அனைவரிடமும் குடிகொண்டிருந்தது. "மனிதனின் உண்மையான முழுமை அவனுக்கு என்ன இருக்கிறது என்பதிலல்ல, அவன் என்னவாக இருக்கிறான் என்பதில் அடங்கியிருக்கிறது" என்று சொன்ன ஆஸ்கார் வைல்டையும், "கலாச்சாரம் என்றால் உண்டாக்குவதல்ல அதுவாக இருப்பதும் ஆகித் தீருவதும்" என்ற மாத்யூ ஆர்னால்டையும், ட்ரில்லிங் தனதுவிளக்கத்தில் மேற்கோள் காட்டுகிறார்) கண்ணும் காதும் அழகியல் தன்மையடைந்தது சமூக, வரலாற்று ரீதியான நீண்ட நடவடிக்கை மூலமாக என்பதாலும், அறிபவனாகிய மனிதன் ஒரு சமூகஜீவி என்பதாலும், புலனுக்கும் அறிபொருளுக்கும் இடையிலான உறவு ஒரு சமூக உறவாகிறது. தனிமையில் கூட ஒரு மனிதன் பிறமனிதர்களுடன் உறவு கொண்டிருக்கிறான். மார்க்ஸின் சொற்களில் 'தனி மனிதனே சமூக ஜீவி.' அழகியல் விதிகளுக்குக் கட்டுப்பட்டு உருவாக்கப்படும் கலையும் நிச்சயம் சமூகச் சார்புடையதாகவே இருக்கும். கலை, சமூகத்தன்மை கொண்டது என்று மார்க்சியம் சொல்வது இந்த ஆழமான அர்த்தத்தில்தான்; தத்துவவாதிகளான புலன்களுக்கும், மனிதவயப்படுத்தப்பட்ட பொருட்களுக்கும் இடையில் நிகழும் மாற்றத்திலிருந்தே கலை உருவாகிறது என்ற அர்த்தத்தில்தான், மாறாக, யாந்திரீகப் பொருள்முதல்வாதிகள் விளக்குவது போல, கலை ஒரு கூட்டத்தின் படைப்பு, அல்லது ஒரு

கூட்டத்துக்காகப் படைக்கப்பட்டது என்ற அர்த்தத்தில் அல்ல, தனிமனிதவாதிகள் உயர்த்திக் காட்டும் தனிமனிதன்' தான் சமூகம் சார்ந்தவன்–அவனுடைய புலன்களும் உணர்வுகளும் நினைவுகளும் வெளிப்பாட்டுச் சாதனங்களும் சமூகம் சார்ந்தவையே–என்று மார்க்ஸ் குறிப்பிடுகிறார். முற்றிலும் சமூகம் சாராத 'வெறும் பரிசுத்தத் தனிநபர்' பூர்ஷுவா தனி மனிதவாதிகளின் கற்பனையில் மட்டுமே குடிகொண்ட ஓர் அரூபம்.

பிளாட்டோ, ப்ளாட்டினஸ், ஹெகல் முதலிய கருத்து முதல்வாதிகள் படைப்புத்திறனை 'பிரபஞ்ச சாரத்தின்' மேன்மை யாகவோ, ஒளியாகவோ கண்டனர். அவ்வகையில் அழகின் புறவயத் தன்மையைப் பொருள்முதல்வாத முறையில் காண மறந்தனர்; அழகின் அடிப்படையும், முன் நிபந்தனையுமான எதார்த்தத்தைப் புறக்கணித்தனர். அவ்வாறு அழகு என்பது மனிதனுக்கு அப்பாற்பட்ட ஒன்றாயிற்று. 'தெய்வீக'மாயிற்று. நவீனகருத்து முதல்வாதிகள் படைப்புத்திறனை மனிதனின் தனியுணர்வின் உருவாக்கமாகக் காண்கிறார்கள். இவர்கள் அழகின் புறவயத்தன்மையை முற்றிலும் மறுத்துவிட்டு அதை வெறும் அகவயமான செயலின் விளைவாகக் கருதுகிறார்கள். அரிஸ்டாடில், ஸ்பினோஸா, திதரோ, லெஸ்ஸிங், செர்னிஷேவ்ஸ்கி முதலியவர்கள் அழகைப் பொருட்களின் ஓர் இயல்பாகக் கண்டனர். ஒப்பீடு, இட ஒழுங்கு, தாளம் போன்ற பொருட்களின் உருவரீதியிலான சில தன்மைகளில் தான் அவர்கள் அழகியல் வெளிப்பாட்டைக் கண்டனர். கருத்து முதல்வாதிகளிடமிருந்தும், வறட்டுப் பொருள்முதல்வாதி களிடமிருந்தும், வேறுபட்டு அழகை பொருளுக்கும், அதை அனுபவிப்பவனுக்கும் (வாசகன், ரசிகன், பார்வையாளன் முதலியவர்கள் மொ.....ர்) இடையில் நிகழும் உறவாகக் கண்டார் மார்க்ஸ். அழகு என்பது ஆன்மாவின் வெளிப்பாடோ, பொருளின் பௌதிக இயல்போ அல்ல. மனிதத்துவத்தைக் கடந்து அது நிலை நிற்பதில்லை. நம்மைப் பொறுத்தவரை இயற்கைகூட மனிதவயப்படுத்தப்பட்ட இயற்கையே. அப்போது கலையழகும், இயற்கையழகும் சமூகச் செயல்பாட்டின் மூலம் பொருள்சார்ந்த உலகத்துடன் மனிதன் கொள்ளும் உறவின் காரணமாக மனிதனால் படைக்கப்படுபவை. அவை பிரம்ம

சிருஷ்டியோ அல்லது வெறும் பொருள் உற்பத்தியோ அல்லது வெற்று ஆன்மீகப் படைப்போ அல்ல. ஹெகல் செயல்பாட்டை (Praxis) ஆன்மீகமாகவும், வறட்டுப் பொருள்முதல்வாதிகள் பொருளாகவும் சுருக்கும்போது, இயங்கியல் பொருள் முதல்வாதி கலையை மனித உழைப்பின் மிக உயர்ந்த படைப்பு உருவகமாகக் கருதுகிறான்.

'*1844*–கையெழுத்துப் படிக'ளிலும் மார்க்ஸ் கற்பனா வாதத்துக்கு எதிரான தனது நிலைப்பாடுகளை விரிவாக்குகிறார். செர்வான்டிஸ், ஷேக்ஸ்பியர், கதே ஆகியோரை அணிசேர்த்துக் கொண்டு, பத்தொன்பதாம் நூற்றாண்டு மன்னராட்சியையும். முதலாளித்துவத்துக்கு முந்திய (Pre–Capitalistic) ஜெர்மனியையும் சுற்றிக் கற்பனாவாதிகள் நெய்து வைத்த பொற்திரைகளைக் கிழித்தெறிகிறார். "ஆறு குதிரைகளை வாங்கப் பணமுள்ளவனுக்கு இருபத்தி நான்கு கால்கள் கிடைகின்றன" என்ற 'ஃபாஸ்'டில் வரும் மெஃபிஸ்டோஃபிலிஸின் உரையையும், அதிகமான ஒரு பொற்காசு கறுப்பை வெள்ளையாகவும் தப்பை சரியென்றும் தாழ்ந்ததை உயர்ந்தது என்றும் கிழவனை இளைஞனாகவும் கோழையை வீரனாகவும் மாற்றும் என்ற ஷேக்ஸ்பியரின் 'டைமன் ஆஃப் ஏதென்ஸ்' (Timon of Athens) வரிகளையும் மேற்கோள் காட்டி செல்வத்தின் அசுரசக்தியை வெளிப்படுத்துகிறார். ஷில்லரின் 'மனிதனின் அழகியல் கல்விபற்றி' என்ற கட்டுரையில் வேலைப்பிரிவும் பிரத்தியேகத் தன்மையும் உருவாக்கி வைத்திருக்கும் மனிதத்துவ இழப்புகள் பற்றிச் சொல்கிற பகுதி மார்க்ஸின் கண்ணோட்டத்தைக் கணிசமாகப் பாதித்திருக்க வேண்டும். டேவிட் மக்லெல்லன் [11] குறிப்பிடுவது போல மார்க்ஸ் சிந்தனைகளின் மூன்று முக்கிய அடிப்படைகளாக, ஏங்கெல்ஸ் கண்ட தத்துவச் சிந்தனை, பிரெஞ்சு சோஷலிசம், ஆங்கிலப் பொருளாதாரம் ஆகியவை இந்தக் 'கையெழுத்துப் படிக'ளில் முதன்முறையாக ஒன்றுபடுகின்றன.

4

'வோர்வார்ட்ஸ்' (Vorwarts–முன்நோக்கி) என்ற ஜெர்மன் மொழிப் பத்திரிகையில் எழுதிய சில கட்டுரைகளின் பேரில் பிரஷ்ய எதேச்சதிகாரம் காரணமாக மார்க்ஸ் 1845பிப்ரவரியில் வெளியேற்றப்பட்டார். பிரான்சிலிருந்து பிரெஸ்ஸெல்சுக்குப் புறப்படும் போது அவருடைய பெட்டியில் 'புனிதக் குடும்பம்' (The Holy Family) நூலின் கையெழுத்துப் பிரதியும் இருந்தது. அரசியல் நடவடிக்கைகளின் புதிய கட்டம் ஒன்றுக்கு (ஐரோப்பிய அறிவுஜீவிகளுடன் விவாதம், ஏங்கெல்ஸுடன் இங்கிலாந்துப் பயணம், சோஷலிஸ்ட் கூட்டங்களில் சொற்பொழிவுகள், 'கம்யூனிஸ்ட் லீகி'ல் உறுப்பினர், 'தொழிலாளர் சமூகத்தின் அமைப்பு ஆகிய பணிகள்) சற்று முன் எழுதிய புனிதக் குடும்பத்தில் (1844) மார்க்ஸும், ஏங்கெல்ஸும் சேர்ந்து எழுதிய முன்னுரையும், "இளம் ஹெகலிய"த்தைக் குறித்து மார்க்ஸ் எழுதிய சில கட்டுரைகளும் உள்ளடங்கும். ப்ரூனோ பாவர் நிறுவிய லிட்டரரி கெஸட் என்ற விமர்சனப் பத்திரிகையில் வெளியான சில கட்டுரைகள் மீதான விமர்சனங்கள் மூலம் மார்க்ஸ் 'புது ஹெகலியர்க'ளின் சிந்தனை முறைக் கருத்து முதல் வாதத்தை (Speculative Idealism) எதிர்க்கிறார். ஏஷென் சூ எழுதிய 'பாரீசின் மர்மங்கள்" (The Mysteries of Paris) என்ற நாவலைப்பற்றிய பிரசித்தி பெற்ற விமர்சனம் இந்நூலில் காணப்படுகிறது. இந்த நாவல் பிரெஞ்சு மூலத்திலும் ஜெர்மன் மொழிபெயர்ப்பிலும் மிகுந்த பரபரப்பை உண்டாக்கியிருந்தது. லிட்டரரி கெஸட்டில் 'ஸேலிகா' என்ற புனைப்பெயரில் சிக்லின்ஸ்கி என்பவர் எழுதியிருந்த விமர்சனமே மார்க்ஸைக் கோபமடையச்

செய்திருந்தது. வீர சாகசங்களும், கட்டுக் கதைகளும், அதீதக் கற்பனையும் கலந்த மாதிரி (Type) கதாபாத்திரங்கள் மூலம் சமூக சுவிசேஷப் பிரசங்கங்களைச் செய்கிற இந்த நாவல் மார்க்ஸைக் கவரவும் அதே சமயம் வெறுப்படையவும் செய்தது.

நாவலைப் பற்றிய மார்க்ஸின் ஆய்வு ஐந்து தளங்களில் முன்நகர்வதாக எஸ்.எஸ். ப்ராவேர் [12] சுட்டிக்காட்டுகிறார். முதலாவதாக 'ஸேலிகா' வின் வியாக்கியானத்துக்கும் நாவலின் நிகழ்ச்சிகளுக்குமுள்ள பொருத்தமின்மைகளை மார்க்ஸ் எடுத்துக் கூறுகிறார். எளிய சம்பவங்களைத் தனது ஹெகலியத் தத்துவத்துக்கு ஒத்துவரும்படி வியாக்கியானம் செய்கிறார்; பிரெஞ்சு நகர வாழ்க்கை பற்றிய அறியாமை மூலம் பல பகுதிகளின் அர்த்தத் தொனிகளைத் தவறாகப் புரிந்துகொள்கிறார்; ஏராளமான கதாபாத்திரங்களை ஒன்றாகக் கொண்டுவரும் பால்ரூம் காட்சி போன்ற இலக்கிய சம்பிரதாயத்தைப் (Convention) புறக்கணிக்கிறார். வெறும் உலகியல் உத்திகளைப் பெரும் தத்துவங்களாகக் கொண்டாடுகிறார்; நாவலாசிரியரே தரும் தவறான விளக்கங்களை முக்கியமானவையாகக் கருதுகிறார்; நாவலாசிரியர் முன்வைக்கும் சமூக இலட்சியத்தை விமர்சிக்காமல் விட்டுவிடுகிறார்; நாவலின் இலக்கிய ரீதியான முக்கியத்துவத்தை அளவுக்கு மீறிப் பெரிதுபடுத்துகிறார்; தெளிவற்ற சிந்தனைகளை அருவருப்பான மொழியில் வெளியிடுகிறார்– இவை விமர்சகருக்கு எதிரான மார்க்ஸின் முக்கியமான குற்றச்சாட்டுகள்.

இரண்டாவதாக, நாவலாசிரியர் நாவல் மூலம் சொல்கிற விஷயங்களுக்கும், நாவல் தானாகக் காட்டுகிற விஷயங்களுக்கும், உள்ள இடைவெளியை மார்க்ஸ் விளக்குகிறார். ராடால்ஃப்–டி–கரோல்ஸ்டீன் என்ற கதாநாயகனை நீதிக்காகப் போராடும் ஓர் இலட்சியவாதியாகப் புரிந்துகொள்கிறார் ஸேலிகா. ஆனால் அந்த ஜெர்மானிய இளவரசன் தர்மத்தின் முகமூடியணிந்த சொந்த அக்கறைகளுக்காகச் செயல்படுகிற தீயவன் என்று மார்க்ஸின் புறவயமான அலசல் காட்டுகிறது. அவ்வகையில் கதாநாயகன் நாவலாசிரியரின் நோக்கங்களுக்கு அறைகூவல் விடுகிறான்.

'நல்லவனான ராடால்ஃப்' உண்மையில் பழிவாங்கும் குணம் கொண்டவன்; ரத்தவெறி கொண்ட போலி வாசகர்களின்

கீழான உணர்ச்சிகளைக் கற்பனா ரீதியாக உற்சாகப்படுத்துவது; அந்த உணர்ச்சிகள் மகத்தானவை என்று நம்ப உதவுவது– இந்த இரண்டு அம்சங்களை நிறைவேற்றுவதனாலேயே நாவல் அபரிதமான ஜனரஞ்சகமாக மாறியது என்று மார்க்ஸ் கண்டார். லெ–ஷோரிஞ்ச் என்ற கதாபாத்திரம் தார்மீக வளர்ச்சி பெறுவதாக நாவலாசிரியர் கருதுகிறார். உண்மையில் சுதந்திரமானவனாக இருந்த அந்த மனிதன் காவல் நாயாக மாறுகிறான். ஃப்ளூ–து– மேரி என்ற முக்கியப் பெண்பாத்திரத்தை ஆரம்பத்தில் தீயவளாகச் சித்தரித்த பிறகு, பிராயச்சித்தம் செய்வது போல, நாவலாசிரியர் அவளைக் கதாநாயகனிடம் ஒப்படைக்கிறார். அவ்விதமாக 'எல்லாக் கிழவர் கிழவிகள், பாரீஸ் போலீஸ் படை, அங்கீகரிக்கப்பட்ட மதம்', ஹெகலியக் கருத்துமுதல்வாதிகள் ஆகியோரின் கைத்தட்டலைப் பெறுகிறார். வாசிப்பவர்களின் ஒழுக்கத்தையும் மிருக வேட்கைகளையும் ஒரேதருணத்தில் நிறைவேற்றுகிறார். ஸ்கூல் மாஸ்டர் என்ற பாத்திரத்தைத் தீய கதாபாத்திரங்களிடம் மண்டியிடச் செய்கிறார்; குருடாக்குகிறார்; அப்பாத்திரத்தின் மீதான மதவாதிகளின் குற்ற விசாரணையையும், தனிமைச் சிறை நீதியையும் நியாயப்படுத்துகிறார். மனிதனின் வீழ்ச்சியில் புளகாங்கித மடையும் தீய மனம் இந்த எழுத்தாளனுடையது. பிற்காலத்தில் ஈடிபஸின் முடிவை அலசி மேற்கொண்ட ஃப்ராய்ட் ஆய்வின் உளவியல் பார்வையை மார்க்ஸ் வெளிப்படுத்துகிறார். "ஸ்கூல் மாஸ்டர் தனது சக்தியைத் தவறாக விநியோகித்திருக்கிறார். அதனால் ராடால்ஃப் அதை மரத்துப்போகச் செய்து அங்கவீனமாக்கி நாசம் செய்கிறான். ஆரிஜினீஸ் தன் மீது சுமத்திய தண்டனையை ராடால்ஃப் ஸ்கூல் மாஸ்டர் மீது சுமத்துகிறான். அவரை மலடாக்குகிறான். உற்பத்திப் புலனான கண்ணைப்பிடுங்குகிறான்" – கண் உடலின் வெளிச்சம்' [13].

மூன்றாவதாக, மார்க்ஸ் நாவலை அது வெளிப்படுத்துவதாகப் பாவனை செய்கிற சமகால எதார்த்தங்களின் மர்மங்க்ளுக்குக் கொண்டு செல்கிறார். ஜெரேமி பந்தாம், ஃப்பௌரியர் ஆகியோரின் கருத்துக்களை, சில சமயம் வாக்கியங்களையும் நாவலாசிரியர் கடன் பெற்றுக்கொள்வதைச் சுட்டிக்காட்டிய பின், வாசகர்களின் முன் முடிவுக்கேற்ப ஆசிரியர் எதார்த்தத்தை

எவ்வாறு திரித்து வெளிப்படுத்துகிறார் என்பதை மார்க்ஸ் விளக்குகிறார். ரிகோலத் என்ற பெண் பாத்திரம் திருமணம் என்ற அமைப்பைக் கேலி செய்கிறாள். ஒரு மாணவனுடனும், தொழிலாளியுடனும் சுதந்திரமான உறவு கொள்கிறாள். இந்த உறவுகள் காரணமாக போலி ஒழுக்கம் கொண்ட, குறுகிய மனப்பான்மை கொண்ட பூர்ஷ்வா வீட்டுக்காரிக்கு எதிரியாகிறாள். ஆனால் சூ, அவளுடைய இந்தப் பக்கத்தை மறைத்து, பூர்ஷ்வாவுக்கு விருப்பமான வகையில் அவளை இலட்சியவாதப்படுத்துகிறார். மோரல் என்ற கோபமடைந்த தொழிலாளி 'வேலை செய்பவன் வறுமை என்னவென்று தெரிந்து கொள்ளாததே துரதிர்ஷ்டம்' என்று தனக்குள் சொல்லிக்கொள்வதை ஒரு மகத்தான சத்தியப்பிரமாணமாக ஸேலிகா புகழ்கிறார். பூர்ஷ்வா பொருளியலாளர்கள், வறுமை பற்றி விரிவாக ஆராய்ந்தும், இன்றைய நிலைகள் மாறினால் நஷ்டம் நேருமென்று தெரிந்து, வறுமையை அப்படியே நிலவச் செய்கிற ஒரு காலத்தில் இந்தத் தனிமொழி ஒரு வரலாற்றுக் கொச்சை என்று மார்க்ஸ் குறிப்பிடுகிறார்.

நான்காவதாக, நாவலாசிரியர் விளக்குவதும், கதாநாயகன் நடைமுறைப்படுத்துவதுமான, சமூக சீர்திருத்தங்களின் போலித்தனத்தை மார்க்ஸ் அம்பலப்படுத்துகிறார்.

ஒரு மாதிரிப்பண்ணை முதல் வேலையற்றவர்களுக்கு வட்டியில்லாக் கடன் வழங்கும் வங்கி வரையான இந்தத் திட்டங்கள் பொருளாதார நடவடிக்கைகளைப் பற்றிய முட்டாள்தனத்திலிருந்து உருவாகிற மூடக் கற்பனைகள் என்று விளக்குகிறார்.

ஐந்தாவதாக, கதாபாத்திரங்களைச் சுதந்திரமாக இயங்க விடுவதற்குப் பதில், நாவலாசிரியர் நேரடியாகப் பேசுவதை மார்க்ஸ் விமர்சிக்கிறார். செயல்கள் மூலம் நாவலாசிரியர் வெளிப்படுத்த வேண்டியவற்றைப் பாத்திரங்கள் சொற்பொழிவுகள் மூலம் சொல்லித்தீர்க்கிறார்கள். படைப்பவனுக்காகச் செய்கிற இந்த இலட்சிய விளக்கங்களும், பாத்திரங்களின் உண்மையான நடவடிக்கைகளும் பெரும்பாலும் பொருந்தாமற் போகின்றன. ஒரு பக்கம் தர்மோபதேசம் செய்கிற எழுத்தாளன் இன்னொரு பக்கம் "தனிமைச்

சிறையின் இருளும், பசியும், தாகமும் என்னைப் பரிசுத்தப் படுத்தியிருக்கின்றன", என்று ஸ்கூல் மாஸ்டரைச் சொல்ல வைத்துச் சிறைச்சாலைகளைப் புனிதத்தலங்களாக்குகிறார். நாவலாசிரியரின் சிந்தனை மற்றும் உணர்ச்சிகளின் புராதனத் தன்மையும், புராதன இலக்கிய உத்திகளும் சேர்ந்து இத்தகைய முரண்பாடுகளுக்கு உயிரூட்டுகின்றன. தன்னுடைய கதா நாயகனின் வழிகாட்டிகளாக நாவலாசிரியர் சித்தரிப்பவர்களில் புத்திமானான போலிடோரி துஷ்டனாகவும், சீடனான மர்ஃப் அடிமுட்டாளாகவும் இருப்பது தற்செயலல்ல.

மார்க்ஸின் இந்த தாவல் ஆய்வு, ஜனரஞ்சக நாவல் பற்றிய அலசல்களுக்குச் சிறந்த உதாரணம். தனது விரிந்த இலக்கிய அறிமுகன், வாழ்க்கைக் கண்ணோட்டம், தத்துவ. பொருளாதார அறிவு ஆகிய அனைத்தையும் மார்க்ஸ் இங்கே பயன்படுத்துகிறார். சூ–வின் நாவலை, எதார்த்தத்துடன் ஒப்பிடும்போது, ஒரு பொருளை அதன் பிரதிபலிப்புடன் ஒப்பிடும் பழைய முறையை மார்க்ஸ் கையாளுவதில்லை. மனிதர்கள் எதார்த்தத்தை விளக்கும், வெவ்வேறு முறைகளைப் பயன்படுத்துகிற ஒரு சிக்கலான விளக்கம் என்ற நிலையிலிருந்தே நாவலை அணுகுகிறார். கதாபாத்திரங்கள் நாவலாசிரியனின் கைப்பொம்மைகளாகக் கூடாது. அவர்கள் ஒரே சமயம் மனிதர் களாகவும், சமூகப் பிரதிநிதிகளாகவும் இருக்க வேண்டும். எழுத்தாளனின் பிரக்ஞைபூர்வமான நோக்கமும், அவன் சித்தரிக்கும் எதார்த்தமும் முரண்படலாம்; படைப்பாளியை விடப் படைப்பை நம்புவதே நல்லது–போன்ற சில அழகியல் முடிவுகளை அடைகிறார் மார்க்ஸ். தீவிரமான வாழ்க்கை ரசனை, வெல்லுவதற்கரிய மனிதப் பேராவல், நிரந்தர உற்சாகம், உயிரோட்டமான சிந்தனை–இவ்வாறான சில மதிப்பீடுகளையும் இந்த ஆய்வு வெளிப்படுத்துகிறது. ஷேக்ஸ்பியர், ஈஸ்கிலஸ் ஆகியவர்களைப் பற்றி முன்வைக்கும் அபிப்பிராயங்களிலும் மார்க்ஸ் இந்த மதிப்பீடுகளுடன் உடன்பாடு கொள்கிறார் என்று ஸ்டெஃபான் மொராவ்ஸ்கி [14] குறிப்பிடுகிறார்.

அழகியல் தேடல் உள்ளவர்களைப் பொறுத்தவரை மேலும் குறிப்பிடத் தகுந்த இரண்டு அம்சங்கள் 'புனிதக்குடும்பத்தில் உள்ளன. ஒன்று: பிரான்சிலும் இங்கிலாந்திலும் கீழ்த்தட்டு வர்க்கங்களிலிருந்து வெளியாகும் புதிய உரைநடை

இலக்கியத்தையும், கவிதையையும், ஹெகலியர்கள் உயர்த்திக் காட்டும் மேட்டுக்குடி இலக்கியத்துக்கு எதிரான புதிய சக்தி என்ற வகையில் மார்க்ஸும், ஏங்கெல்ஸும் வரவேற்றனர். 'ஸைலேஷிய நெசவாளர்'களைப் பாராட்டியதன் தொடர்ச்சியாகவே இதைக் காணவேண்டும். இரண்டு: இலக்கியம் பற்றிய சிந்தனாரீதியிலான 'தூண்டுதல்' சித்தாந்தத்துடனும், படைப்பைப் படைப்பாளியிடமிருந்து முற்றிலும் வேறுபடுத்திக் காணும் 'ஆளுமையற்ற சித்தாந்தங்களுடனும் மார்க்ஸும், ஏங்கெல்ஸும் நிரந்தரமாக விடைபெறுகிறார்கள். இலக்கியம் மனிதர்களிடம் சொல்வது அவர்களைப்பற்றி. அவர்கள் – வாழ்கிற, உருவாக்குகிற, சமூக-வரலாற்று ரீதியான உலகத்தைப் பற்றி. இலக்கியத்தில் எதார்த்தத்துக்கு நிகழ்கிற கலாரீதியிலான மாற்றமும், அலங்காரத்தன்மையும், அதனுடன் தொடர்பு கொண்ட தனிமனிதனே உருவாக்குகிறான். அதில் புனிதமானதும், மர்மமானதும் எதுவும் இல்லை.

5

மார்க்ஸின் மறைவுக்குப் பிறகு வெளியிடப்பட்டதும், பிற்காலத்தில் 'ஃபாயர்பாக் ஆய்வுக் குறிப்புகள்' என்ற பெயரில் அறியப்பட்டதுமான பதினோரு ஆய்வுக் கட்டுரைகளும் *1845*இல் எழுதப்பட்டவை. இவற்றின் பிரதான கருத்தாக்கம் இலக்கிய ஆய்வைப் பொறுத்தவரை முக்கியமானது. "முற்கால பொருள்முதல்வாதங்கள் எல்லாவற்றின் (ஃபாயர்பாக் உட்பட) முக்கிய பலவீனம், பொருட்களை, எதார்த்தத்தை, புலன் உலகத்தை, புலன் சார்ந்த மனிதர்களின் நடவடிக்கையாக, புறவயமானதாகக் காணாமல் அணுகுதலுக்குப் பாத்திரமான பொருட்களின் உருவத்தில் மட்டுமே கற்பனை செய்தன என்பதே. எனவே, பொருள் முதல்வாதத்துக்கு எதிராக, எதார்த்தமான புலன்சார்ந்த நடவடிக்கைகளை அதே விதமாகப் புரிந்து கொள்ள இயலாத கருத்துமுதல்வாதம் இந்தச் செயல்பாட்டை அருபமானதாக வளர்க்கிறது. சிந்தனை அம்சங்களிலிருந்து முற்றிலும் வேறுபட்ட புலன்சார்ந்த அம்சங்கள் உருவாக வேண்டும் என்று ஃபாயர்பாக் விரும்புகிறார். மனித நடவடிக்கைகளைப் பொருள்வயமானதாக அவர் புரிந்து கொள்வதில்லை" *[15]*.

எல்லாக் காலத்தையும் சேர்ந்த பொருள்முதல்வாதத்தின் அசலான வரையறையைச் சுட்டுவதே இந்த அணுகல். இலக்கியத்தையும் வெளிப்படையான 'பௌதிக' எதார்த்தத்தின் உறைந்து போன பிரதிபலிப்பாக'க் காண்பது தவறு. பொருள்வயத்தன்மைக்கும், அகவயத்தன்மைக்குமான ஓர்

இணைப்பு அது. ஒரு குறிப்பான மனோநிலையின், சிறப்பான வகையில், புலன்கள் மூலம் புரிந்துகொள்ளக்கூடிய ஓர் உலகம் அதில் அடங்கியிருக்கிறது. இலக்கியப் படைப்பையும், ரசனையையும் பாதிக்கக் கூடியது இது. இலக்கியப் படைப்பாளர்களும், ரசனையாளர்களும் சூழலின் இயக்கமற்ற இரைகளல்ல; அவர்கள் தம்மையும், தமது உலகத்தையும் மாற்றும் நடவடிக்கைகளில் ஈடுபட்டிருப்பவர்கள். "மனித சாரம் ஒவ்வொரு தனிமனிதனிலும் அடங்கியிருக்கும் அரூபமல்ல. சமூக உறவுகளின் சங்கமமே மனிதனின் உண்மை இயல்பு. தான் ஆய்வு மேற்கொள்ளும் தனிமனிதன் ஒரு குறிப்பிட்ட, சமூக உருவத்தைச் சேர்ந்தவன் என்பதை ஃபாயர்பாக் காண்பதில்லை" *[16]*.

பத்தாவது ஆய்வுக் கட்டுரையில் மார்க்ஸ் குறிப்பிடுகிறார்: "பழைய பொருள்முதல்வாதத்தின் நிலைப்பாடு குடிமைச் சமூகத்தைச் சார்ந்தது. புதிய பொருள்முதல்வாதத்தின் நிலைப்பாடோ மனிதனுடையது. சமூக வயப்படுத்தப்பட்ட மனிதனுடையது". எதிர்காலம் பற்றிய தனது கண்ணோட்டத்தை மார்க்ஸ் வளர்த்துக்கொள்ளத் தொடங்கியிருப்பதன் அறிகுறி இதில் புலப்படுகிறது. இலக்கியத்தை ஓர் இலட்சியத்துடன் இணைத்துக் காணவேண்டும் என்று கருதினார். மகத்தான இலக்கியம் வெறும் பரிமாற்ற மதிப்பீடுகளைக் கடந்து, பிறக்க இருக்கும் சமூகத்தின் மதிப்பீடுகளைப் பிரச்சாரம் செய்தோ, முன்னேற்றத்தைத் தடை செய்யும் சக்திகளை வெளிப் படுத்திக்கொண்டோ, அந்த இலக்கிய உலக நிர்மாணத்துக்குத் துணை செய்யும். "தத்துவவாதிகள் உலகத்தைப் பலவகையாக விளக்கியிருக்கிறார்கள். அதை மாற்றுவதே நமது வேலை". என்று எழுதும் போது செயல்பாட்டுக்கு வழங்கிய அழுத்தத்தை மார்க்ஸ் இலக்கிய ரசனைக்கும் வழங்கியிருக்கிறார். அவர் முன்னே இருந்த இலட்சியம் வெறும் படிப்போ, அறிவுக்கான அறிவோ அல்ல. அது உன்னதமான வாழ்க்கையும், நடைமுறையும்.

'ஃபாயர்பாக் ஆய்வுக்கட்டுரைகளின்' கையெழுத்துப் பிரதியின் கடைசி இரண்டு பக்கங்களில் மார்க்ஸ் இவ்வாறு குறிப்பிடுகிறார்: "இயற்கை விஞ்ஞானமோ, வரலாறோ – அரசியலின் வரலாறு, சட்டத்தின் வரலாறு, விஞ்ஞானத்தின் வரலாறு, கலையின் வரலாறு, மதத்தின் வரலாறு என்று

தனித்தனியாக இல்லை". கலைக்கு வரலாறு இல்லை என்று கூறும்போது, கலையின் வரலாறு மனித உழைப்பின் முழு வரலாற்றின் பகுதி என்றே தீர்மானிக்கிறார். இக்கருத்து மார்க்ஸ், ஏங்கெல்ஸ் இருவரும் சேர்ந்து எழுதிய ஜெர்மன் சித்தாந்த'த்தில் விரிவாக விவாதிக்கப்படுகிறது. ஃபாயர்பாக், புருனோபாவர், மார்க் ஸ்டேனர் ஆகியவர்களையும், ஹெகலுக்குப் பின்வந்த பிற ஜெர்மானிய சிந்தனையாளர்களையும் விமர்சிக்கிற இந்த நூல் 1845–46இல் எழுதப்பட்டது. ஜெர்மானியத் தத்துவச்சிந்தனைக்கும், ஜெர்மானிய வாழ்க்கைக்குமுள்ள உறவைப் பற்றி அக்கறை கொண்டிராத இந்தச் சிந்தனையாளர்கள் சொர்கத்திலிருந்து நேராக பூமிக்கு வந்திறங்கியவர்கள் என்றும் புதிய தத்துவச் சிந்தனை பூமியிலிருந்து சொர்க்கத்தை நோக்கி உயர வேண்டும் என்றும் மார்க்ஸூம், ஏங்கெல்ஸூம் குறிப்பிடுகிறார்கள். "பிரக்ஞையல்ல வாழ்க்கையை உருவாக்குவது, வாழ்க்கையை பிரக்ஞையே உருவாக்குகிறது. முதலாவது அணுகுமுறையை ஏற்பவர்கள் பிரக்ஞையை உயிருள்ள தனிநபராகக் கருதி, அதிலிருந்து தொடங்குகிறார்கள். இரண்டாவது அணுகுமுறையை ஏற்பவர்களோ, உயிருள்ள எதார்த்த மனிதர்களிடமிருந்து தொடங்கி, பிரக்ஞை என்பதை அவர்களுடைய பிரக்ஞை மட்டுமாகக் கருதுகிறார்கள் [17]" தன்னையும், தனது சூழலையும் ஒருங்கே மாற்றியமைப்பதே புரட்சிகரச் செயல்பாடு. இந்தப் புரட்சிகரச் செயல்பாடு மூலம் ஒரு வர்க்கத்தில் பிறந்த மனிதன் அந்த வர்க்கத்தின் வரையறைகளிலிருந்து வெளியேற முடியும். 'கம்யூனிசப் பிரக்ஞை' உழைக்கும் வர்க்கத்தை அடிப்படையாகக் கொண்டே நிலை பெற்றிருக்கிறது. எனினும், "தொழிலாளி வர்க்கத்தின் நிலை பற்றிய ஆய்வு மூலம் பிற வர்க்கங்களிடையிலும் இந்தப் பிரக்ஞையை வளர்க்க முடியும் என்று 'ஜெர்மன் சித்தாந்தம்' குறிப்பிடுகிறது. எல்லா மனிதர்களும் சூழலின் உற்பத்திகளே. ஆனால் எல்லா மனிதர்களிடமும் சூழலை மாற்றுவதற்கான ஆற்றலும் இருக்கிறது. இந்த மாற்றும் இயக்கத்தில் அமைப்புகளுக்கு அடிமையாகிறவர்களுக்கு மறுக்கப்பட்ட அகப்பார்வைகள் அவர்களுக்குக் கிட்டுகிறது [18].

'ஜெர்மன் சித்தாந்தம்' சித்தாந்தத்தை (Ideology) 'எதார்த்த வாழ்க்கை நடவடிக்கைகளின் 'எதிரொலி'களாகவும், எதிர்மறைப்

பிரதிபலிப்புகளாகவும் காண்கிறது. காமிரா நெகட்டிவில் தெரிவதுபோல சித்தாந்தத்தில் மனித எதார்த்தம் தலைகீழாகக் காணப்படுகிறது. (இங்கே மார்க்ஸ் பயன்படுத்தும் 'பிரதிபலிப்பு' – mirroring, reflecting–படிமங்களை, மார்க்ஸ் நேரடியாகத் தொடர்பு கொண்ட எந்த நூலிலும் இலக்கியத்தை விவாதிக்கப் பயன்படுத்துவதில்லை, என சமீப காலத்தில் வெளிவந்த ஓர் ஆய்வில் வி. கார்புசிக்கி தெளிவுபடுத்துகிறார்). மார்க்ஸும், ஏங்கெல்ஸும் சித்தாந்தத்தை எவ்வாறு கருதினார்கள் என்று மற்றொரு குறிப்பிடத்தக்க ஆய்வு விளக்குகிறது [19]. பகுதியாக, முறையின்றிப் புரிந்து கொண்ட உண்மையிலிருந்தே சித்தாந்தங்கள் தொடங்குகின்றன. அதிகாரத்திலிருப்பவர்களுக்கு ஏற்புடையதான அவர்களே தேர்ந்தெடுக்கிற, ஏற்கனவே நிலவுகிற சில மாதிரிகள் மூலம் உண்மைக்கு அவை முறிவை (deflection) ஏற்படுத்துகின்றன. மேல் வர்க்கங்களைப் பற்றிய பொய்க் கற்பனைகளை உருவாக்கி, துன்பப்படுபவர்களின் ஒத்துழைப்பையும் பரிவையும் பெற உதவுகின்றன. தன் முன்முடிவுகளுக்கேற்ப அரூபமான, உண்மையற்ற, கற்பனைச் சித்தாந்தங்களுக்கு உருவம் கொடுத்து நடைமுறை இயக்கங்களை ஊனமுறச் செய்கிறது. சில சந்தர்ப்பங்களில் சித்தாந்தங்கள் முன்னேற்றத்தின் கருவிகளாகவும் செயல்படுவனவாக மார்க்ஸ் உணர்கிறார். ஜெர்மன் கருத்துமுதல்வாதம் செயல்பாட்டை இயக்கமறுப்புத் தளத்தில் நிறுவியது. எனினும் பிற்காலத்தில் மார்க்ஸின் புரட்சிக்கோட்பாட்டுக்கு ஆதாரமான, இயங்கியல் மாற்றம் குறித்த கருத்தாக்கத்தை வெளிப்படுத்தவும் செய்தது. உண்மையை வளைத்து முறிக்கும் போதே சித்தாந்தங்கள் ஒரு குறிப்பிட்ட குழுவின் அல்லது வர்க்கத்தின் நடைமுறைத் தேவையான அமைப்பு ரீதியான மதிப்பீடுகளை' வழங்குகின்றன என்று மார்க்ஸும், ஏங்கெல்ஸும் கவனித்தனர். 'அபிப்பிராயங்களையும், அறிக்கைகளையும், கட்டளைகளையும், கருத்துக்களையும் அப்படியே ஏற்க வேண்டாம். அவற்றை வெளியிடும் நபரின் வாழ்நிலையின் வெளிச்சத்தில் அவை விளக்கப்பட வேண்டும்" (20). சித்தாந்தம் பற்றிய இந்தக் கருத்தாக்கம், கருத்து–பார்வை விளக்கங்களுக்குப் பின்னாலிருக்கும் வாழ்க்கை நிலைகளைக் கவனத்திற்கொள்ள மனிதர்களுக்குத் தூண்டுதலாக இருந்தது. ஓர் எழுத்தாளன்

பிறக்கிற "சித்தாந்தக்களம்" (Ideological field) எது என்று கண்டடைய அல்தூஸரைப் போன்ற சித்தாந்தவாதிகளை – அது தூண்டியிருக்கிறது. "உண்மையான கலையைச் சித்தாந்தங்களுள் ஒன்று என நான் கருதுவதில்லை; நிச்சயம் கலைக்குச் சித்தாந்தத்துடன் சிறப்பான, தெளிவான ஓர் உறவு இருக்கிறது என்ற போதும்" *[21]* என்று கலையைச் சித்தாந்தத்துடன் இணைத்து அல்தூஸர் கூறுகிறார். சரியான கலை, அதன் முறையான அர்த்தத்தில் நமக்கு வழங்குவது அறிவை அல்ல. எனவே அது விஞ்ஞானத்துக்குப் பதிலி அல்ல. ஆனால் கலை நமக்கு எதை வழங்குகிறதோ அது அறிவுடன் உறவு கொண்டது. இது ஒப்பீட்டு உறவல்ல. வேற்றுமைகளின் உறவு. கலை, உண்மையை எதார்த்தத்தைச் சுட்டும் ஏதோ ஒன்றை நமக்குக் 'காட்டித் தருகிறது'; அல்லது 'அனுபவிக்கச் செய்கிறது'. ஒரு 'காட்சி' யின் அல்லது 'பார்வை'யின் அல்லது 'அனுபவ'த்தின் வடிவில் நமக்கு முன்வைப்பது, அதற்கு உயிரளித்த, பெயரிட்ட, கலை என்ற நிலையில் அதை விடுதலை பெறச் செய்த, அதன் தொனியாக நிற்கும் சித்தாந்தத்தையே என்று குறிப்பிடுகிறார் அல்தூஸர்.

பால்சாக், டால்ஸ்டாய், சோல்ஸெனித்சின்–ஆகிய இவர்கள் அனைவரும் தமது படைப்புகளுக்கு ஆதாரமாக மாறிய ஒரு பார்வையை நமக்குக் காட்டுகிறார்கள். அந்தப் படைப்புகளுக்கு உயிரளித்த சித்தாந்தத்திலிருந்து ஒரு பின் வாங்கல் மூலம் உள்முகமான தூரத்தை உருவாக்கியே (Internal distantitation) இந்தப் பார்வையை உருவாக்குகிறார்கள். அவ்வாறு 'உள்ளே' இருந்து, உள்முகமான தொலைவிலிருந்து,

படைப்பில் நிலவுகிற சித்தாந்தத்தை அவை நமக்கு அனுபவப்படுத்துகின்றன. அந்த எழுத்தாளர்கள் செய்வது, அவர்கள் சித்தரிக்கும் உலகத்தைப் பற்றிய 'தகவல்' வழங்குவதல்ல; அந்த உலகத்தின் சித்தாந்த உண்மையை நம்மை அனுபவிக்கச் செய்வதே. மனித நடவடிக்கைகள் எல்லாவற்றினுள்ளும் சித்தாந்தம் கடந்து செல்வதால் அது மனித இருப்பின் வாழப்படும் அனுபவமாகிறது. ஆகவேதான், பரந்த வாழ்க்கை அனுபவங்களைக் கொண்டிருக்கிற பெரும் நாவல்கள் நமக்குச் சித்தாந்தத்தைக் "காட்டி"த் தருகின்றன. தனிமனிதன், வாழ்க்கை அனுபவம், சித்தாந்தம் ஆகியவை கலைக்கும்

விஞ்ஞானத்துக்கும் பொதுவான அறிபொருள் (Subject) என்றும், அவை இரண்டு வெவ்வேறு களங்களாக விரிவடைவதில்லை, மாறாக ஒன்றை இரண்டு உருவங்களில் வெளிப்படுத்துகிறது என்றும் அல்தூஸர் கருதுகிறார். 'கலை அனுபவம்' வழங்குகிறது. விஞ்ஞானம் 'தகவல்' (Fact) அல்லது 'கருதுகோள்களை' (Concepts) வழங்குகிறது. சோல்ஸெனித்சனின் நாவல்கள் தனிநபர் வழிபாட்டையும், அதன் கசப்பான விளைவுகளையும் பற்றிய தகவலை வழங்குவதில்லை. 'தகவல்' என்பது அந்த நாவல்களின் அனுபவத்துக்கு உயிர்கொடுத்த சிக்கலான நடவடிக்கைகள் பற்றிய தத்துவத் தகவல். ஸ்பினோஸாவின் வார்த்தைகளில் சொன்னால் கலை – பயன்களை, முடிவுகளை மட்டுமே முன்வைக்கிறது. காரணங்கள் அல்லது சூழல்களை முன்வைப்பதில்லை. 'அறிவோ' காரணங்களிலிருந்து விளைவுகள் உண்டாகும் எதிர்வினைகளைக் காட்டித் தருகிறது. எனவேதான், இலக்கியத்தில் அறிவு ரீதியான அலசலோ, தீர்வோ தேவையற்றவை. சாத்தியமற்றவை.

கலாரீதியான 'உருவத்தில்' மூடப்பட்ட சித்தாந்தமே இலக்கியம் என்ற யாந்திரீக மார்க்ஸியர்களின் கருத்து தவறானது என்று உணரும் போது, நாம் அல்தூஸரின் இந்த முடிவைக் கடந்து செல்ல வேண்டியவர்களாகிறோம். ஒரு உண்மையை, (எதார்த்தத்தை) இரண்டு உருவங்களில், கலையும் விஞ்ஞானமும் முன்வைப்பதாக மார்க்ஸ் கருதுவதில்லை. பெருமளவுக்கு யாந்திரீகவாதியான அல்தூஸர் கலையின் அறிபொருள் விஞ் ஞானத்தின் அறிபொருளான பொருள்வயமான (உண்மை) எதார்த்தம்–அகவயமான மறுபடைப்புச் செய்யப்பட்ட இன்னொரு எதார்த்தம்–என்று புரிந்துகொள்ளவில்லை. நாம் முன்புகண்ட மார்க்ஸின் 'பாரீஸ் கையெழுத்துப் படிக'ளின் முடிவுக்கு முரணானது அல்தூஸரின் முடிவு. இலக்கியம், அதனதன் காலத்திய அதிகார வர்க்கத்தினரின் சித்தாந்தங்களின் பிரதிபலிப்பு என்று கொச்சை மார்க்ஸியர்கள் (Vulgar Marxists) கருதுகிறார்கள். ஆனால் இன்றுவரை உலகத்தில் உருவாகியுள்ள பெரும் இலக்கியங்கள் (Great Literature) இந்தக் கருத்துக்கு அறைகூவல் விடுகின்றன–போலிப் பிரக்ஞைகளை ஊடுருவிச் சென்று அவை உண்மையைக் காட்டுகின்றன. இந்த அர்த்தத்தில்தான் எர்னெஸ்ட் ஃபிஷர் கலையைச்

சித்தாந்தத்துக்கு எதிரானதாக நிறுத்துகிறார் (22). கிரேக்கத் துன்பியல் நாடகாசிரியர்கள் முதல் அபத்த நாடகாசிரியர்கள் (Absurd dramatists) வரையான, முக்கிய இலக்கியவாதிகள் அனைவரும் அதிகாரவர்க்கத்தின் நம்பிக்கைவாதத்தை எள்ளி நகையாடி உண்மையை வெளிப்படுத்தியவர்களே. அவ்வகையில் சித்தாந்தம் நம்மிடமிருந்து மறைத்து வைக்கும் எதார்த்தத்தைக் கலை வெளிப்படுத்துகிறது. கலை சித்தாந்த ரீதியான பொய்ப் பிரக்ஞையிலிருந்து நம்மை விடுதலை செய்வதாக பியெரி மாஷெரியும் கருதுகிறார். கலையையும் சித்தாந்தத்தையும் இணைக்கிற, வேறுபடுத்துகிற தத்துவத்தைக் கண்டுபிடிக்க இலக்கியப் படைப்பை ஓர் உருவ அமைப்பாகப் (Formal Structure) புரிந்துகொள்ள வேண்டும் என்பது மாஷெரியின் கருத்து.

'ஜெர்மன் சித்தாத்தம்'-இவ்வாறு ஒவ்வொரு கால கட்டத்திலும் நிலை நிற்கும், வழங்கப்படும், ஸ்தாபிக்கப்படும், சிந்தனை–உணர்ச்சி முறை பற்றிய, சில பிரச்சனைகளின் இல்லாமையையும், வேறுசிலவற்றின் இருப்பையும் கொண்டு கவனத்துக்குரியதாகக் கொண்டு அவற்றின் பிரச்சனைக்குரிய சூழலைப் (Problematique) பற்றிக் கேள்வி எழுப்ப சிந்தனையாளர்களுக்குத் தூண்டுதலாக இருந்திருக்கிறது. சிறந்த படைப்புகளும், சிந்தனை முறைகளும் எவ்வாறு பரந்த சித்தாந்தக் களத்துடன் தொடர்புகொண்டிருக்கின்றன, குறிப்பிட்ட இட, காலங்களின் சமூக, பொருளாதார, அரசியல் கட்டமைப்புடன் இவை இரண்டும் எவ்வகையில் தொடர்புகொண்டிருக்கின்றன என்ற தேடல்களுக்கு அது உத்வேகம் வழங்கியிருக்கிறது (23), மார்க்ஸின் அரசியல் கோட்பாடுகளை ஏற்றுக்கொள்ளாத சமூகவியலாளர்களும், இலக்கிய விமர்சகர்களும்கூட இந்தக் கண்ணோட்டத்தை அதிகம் பயன்படுத்திவருகிறார்கள் (24).

மொழி என்பது பிற மனிதர்களுக்காகவும் நிலை நிற்கிற 'நடைமுறைப் பிரக்ஞை'. அதனாலேயே ஒரு நபரைப் பொறுத்தவரை தனித்துவமாகவும் நிலை நிற்கிறது. பிரக்ஞையைப் போலவே பிற மனிதர்களுடன் நிகழும் விவாதத்தின் தேவையிலிருந்து அது உருவாகிறது என்றும் மார்க்ஸ் 'ஜெர்மன் சித்தாந்த'த்திலேயே வெளிப்படுத்துகிறார். இலக்கியப் படைப்புகளில், மொழிசார்ந்த தேடல்கள் ஒரு குறிப்பிட்ட மனிதத்தேவை நிறைவேற்றுதல் போன்ற பிற நடவடிக்கைகளில்

நிறைவு காண வேண்டிய புதிய தேவைகளை முன்வைப்பவை என்று மார்க்ஸ் கருதுகிறார். ஒரு மார்க்ஸிய நடையியல் (Stylistics) இந்தக் கோட்பாட்டிலிருந்துதான் தொடங்கப்பட வேண்டியது என்று எனக்குத் தோன்றுகிறது. நடையைத் தனிநபர் சார்ந்த அக்கறையாகச் சுருக்கிவிடும் பூர்ஷ்வா நடையியலுக்கு எதிராக, நடைகளை (Styles) ஒரு குறிப்பிட்ட சமூக, இலக்கியச் சூழலின் தேவையை நிறைவேற்றுகிற, புதிய தேவைகளை உருவாக்குகிற பிரக்ஞைகளாக வெளிப்படுத்த இந்த நடையியல் முயல வேண்டும். ஓவியக் கலை பற்றிப்பேசும் போது, ராபேலின் கலை ஃப்ளாரன்டைன் செல்வாக்கிலிருந்த ரோமாபுரியின் பூக்காலத்துடனும், லியனார்டோவின் கலை ஃப்ளாரன்சின் சுற்றுச்சூழல்களுடனும். டிஷியனின் கலை வெனிஸின் வெவ்வேறு வளர்ச்சி வடிவங்களுடனும் தொடர்பு கொண்டிருப்பதை மார்க்ஸ் சுட்டுகிறார். கலையின் செய்நேர்த்தி (Technique) முன்னேற்றங்கள், சமூக வெளிப்பாடு, பிரதேச வேலைப்பிரிவினை, அந்தப் பிரதேசத்துடன் தொடர்புள்ள இதர பிரதேசங்களின் வேலைப் பிரிவினை, கலைஞனிடமிருந்து சமூகம் கோரும் வரையறைகள், கல்வித்தரம் – ஒரு கலைஞனின் படைப்பு நடை (Creative Style) இவை எல்லாவற்றுடனும் தொடர்புகொண்டிருக்கிறது. சிந்தனையின் உடனடியான எதார்த்தமே மொழி. சிந்தனையையும் மொழியையும், வரலாற்றிலிருந்தும் சமூகத்திலிருந்தும் வெட்டி விலக்கி ஒரு தன்னியக்க (Autonomous) தளத்துக்குப் பெரும்பாலான ஜெர்மானியச் சிந்தனையாளர்கள் மாற்றியிருக்கிறார்கள் என்று மார்க்ஸ் குற்றம் சாட்டுகிறார். தத்துவவாதிகளைப் போலவே எழுத்தாளர்களுக்கும் இந்தக் குற்றச்சாட்டு பொருந்தும். காரணம், இலக்கியத்தில் உருவவாதத்துக்கு நேர்வதும் இதுவே, அங்கே மொழி எதார்த்தத்துடனான தொடர்புகளை அறுத்துக்கொள்கிறது. நடை மட்டுமே முக்கியமானதாக ஆகிறது. ஒரு குறிப்பிட்ட, சூழலில் குறிப்பிட்ட தேவையை நிறைவேற்றுவதற்காக உருவாக்கப்பட்ட உருவமும், நடையும் வேறொரு சூழலில் யாந்திரீகமாகத் தழுவப்படுகின்றன.

6

கவிதை மனித இனத்தின் தாய்மொழி என்ற தீர்க்கமான நம்பிக்கையை மார்க்ஸ் பல சந்தர்ப்பங்களிலும் திரும்பத் திரும்ப வெளிப்படுத்துகிறார். இவ்வகையில் விக்கோ, ஹாமன், ஹேர்டர் ஆகியவர்களுடன் மார்க்ஸ் இடம் பெறுகிறார். இருத்தலியல் ரீதியாக வேறுபட்ட நிலைகளிலும், மகத்தான உணர்வுகளின் செல்வாக்கில் கவிதையின் ஊற்றுகள் மீண்டும் மீண்டும் பெருக்கெடுக்கும் என்றும், நவீன உலகத்தைப் போலவே வர்க்கங்களற்ற சமுதாயத்துக்கும் இது பொருந்தும் என்றும் அவர் நம்பினார். பொருளீட்டலுக்கும் இழுபறிக்கும் பலியிடப்பட்ட வாழ்க்கை அத்தகைய படைப்பு ஊற்றுகளை வறட்சியடையச் செய்கிறது. மனிதனை, மனிதனாக்கும் அம்சங்களைக் கொல்கிற அதுபோன்ற இருப்பு நிலை தற்கொலைக்குச் சமமானது. ஆகவேதான் தனது காலத்திய ஐரோப்பாவின் சமூக நிலைகளுக்குப் பின் துணையாக நின்ற அறிவுஜீவிகளை, மனித இனக் கலாச்சாரத் தற்கொலையின் கூட்டாளிகளாகக் கண்டார் மார்க்ஸ். இதன் விளைவாக ஜெர்மனியில் சில பழைய போக்குகள் இலக்கியத்தில் புனருத்தாரணம் செய்யப்பட்டதாகவும் கண்டார். பதினாறாம் நூற்றாண்டு ஜெர்மனியில் வழங்கி வந்த 'பூபி இலக்கியம்' இது போன்று திரும்பி வந்த ஒரு போக்கு. போலித்தனமான, மேம்போக்கான, சுயதம்பட்டமானதும், எதிர்ப்புரட்சி பற்றி கோபம் கொள்ளும்போதே, பிற்போக்குத்தனமான அறிவுரை சொல்லிக்கொண்டே அதர்மமாகச் செயல்படுவதுமான இந்தப்

போக்கின் பின்னணியில் இருப்பது, ஆரம்பத்தில் இந்தப் போக்கை உருவாக்கிய சூழல்களின் ஒரு மறுவருகையே என்று மார்க்ஸ் சொன்னார். பதினைந்து, பதினாறாம் நூற்றாண்டுகளின் மதத்தை நவீன மாக்குதலின்போது நிகழ்ந்த சமூக மாற்றத்துக்கு நிகரான ஒரு மாற்றம் தன் காலத்திய ஜெர்மனியிலும் நிகழ்வதை அவர் கவனித்தார். பதினெட்டாம் நூற்றாண்டின் 'இலட்சியவாத கிராமிய இலக்கியமும்' (Idyllic Literature) இவ்வாறு திரும்பி வருவதைக் கண்டார். வரலாற்று ரீதியிலான சிதிலத்தை எதிர்ப்பது என்ற பாவனையில் நடத்தப்பட்ட ஒரு பின்னோக்கு என்று கதேயின் 'ஹெர்மனும் டாரதியும்' முதலிய கிராமியச் சித்தரிப்புகளை மார்க்ஸ் விளக்குகிறார். பதற்றமான மாற்றங்களின் கட்டங்களுடன் மத்தியதரவர்க்கம் எதிர்வினை மேற்கொள்ளுகிற இரண்டு வழிகளே இந்த இருவகைப் போக்குகளும் என்று அவர் நம்பினார்.

கார்ல் மார்க்ஸின் சிந்தனை வளர்ச்சியில் பெரும்பங்கு வகித்தவர் பியரி ஜோசப் ப்ரூதோன், ப்ரூதோனின் 'வறுமையின் தத்துவம்' என்ற நூலுக்கு எதிர்ப்பாக *1847*இல் மார்க்ஸ் 'தத்துவத்தின் வறுமை'யை எழுதினார். ப்ரூதோனின் சிந்தனைப் போக்கு ஹெகலிய கருத்துமுதல்வாதத்தைச் சேர்ந்தது. அவருடைய வரலாறு மனிதக் 'கறை' படியாத கருத்துகளின் 'பரிசுத்த' வரலாறு. அவர் மனிதனை, 'புராதன அறிவு' அல்லது 'கருத்து' தன்னை வளர்த்துக்கொள்ளப் பயன்படுத்தும் கருவியாகக் கண்டார். இவையே மார்க்ஸ் முன்வைத்த விமர் – சனத்தின் மையம். இலக்கியத்தையும், வாழ்க்கையையும் ஒன்றுக்கொன்று தவறாகப் புரிந்துகொள்ளலாகாது என்ற அக்கறையை இங்கே மார்க்ஸ் காட்டுகிறார். முழுச் சமூகத்தையும் ப்ரூதோன், புரோமிதியஸ் என்ற புராணப் பாத்திரமாகச் சித்தரிக்கிறார். சமூகத்தை ஒற்றைக் கதாபாத்திரமகச் சித்தரிப்பது. பிளவுபட்ட, சிக்கலான எதார்த்தத்தின் இடத்தில் ஒரு நிழலை நிறுவுவதற்கு ஒப்பாகும். புராணம், கோட்பாட்டின் இடத்தை ஏற்கிறபோது உண்மை, உருவக்கதைகளிலும், உள்நோக்கிய சிந்தனைகளிலும் மூழ்கிப்போகிறது என்று இது பற்றி மார்க்ஸ் சொல்கிறார். இலக்கியத்தை வரலாற்று ரீதியான, அதேசமயம் காலத்தைக் கடந்த உற்பத்தியாகவும் காண வேண்டும். பயன்படுத்துபவர்களின் நுகர்வுத்திறன் செயற்கையாக

உருவாக்கப்படுவது போல, இலக்கிய ரசனையிலும் வெளியீட்டுச் சாதனங்களுக்கு ஏற்ப செயற்கையான மாற்றங்களை உருவாக்க முடியும் எனவும் தனித்துவமான அக்கறைகளின் உருவத்தையும் உள்ளடக்கத்தையும் வெளிப்பாட்டு முறையையும் சமூகச் சூழல்களே நிர்ணயிக்கின்றன எனவும் ‘தத்துவத்தின் வறுமையில்’ மற்றோரிடத்தில் குறிப்பிடுகிறார் மார்க்ஸ்,

எழுதப்பட்டதும், எழுதப்படாததுமான இலக்கியத்திலும், வெளியீட்டிலும், நாடகத் தன்மையிலிருந்தும் எடுத்த படிமங்களையும் உருவகங்களையும் கொண்டு நிறைந்தும், பைபிளை நினைவுபடுத்தும் மொழி நடையாலும் கருத்துக்களை வெளியிடும் தீவிரத் தன்மை கொண்டும் கவனத்துக்குரியதான ‘கம்யூனிஸ்ட் கட்சி அறிக்கை’ 1846இல் பிப்ரவரியில் லண்டனில் வெளியிடப்பட்டது. இதிலும், மார்க்ஸும், ஏங்கெல்ஸும், கற்பனாவாதப் பொய்களால் சந்தையின் உண்மைகளை மறைத்துவிட முடியாது என்று எச்சரிக்கிறார்கள். இன்றுவரை மதிக்கப்பட்ட, பக்தி பாவத்துடன் வழிபடப்பட்ட எல்லா வேலைகளின் புனித வளையத்தை (Halo) முதலாளிவர்க்கம் உடைத்தெறிந்திருக்கிறது. மருத்துவனையும், வழக்கறிஞனையும், மதவாதியையும், கவிஞனையும், விஞ்ஞானியையும் அது தன்னுடைய கூலியாட்களாக மாற்றியிருக்கிறது” *[25]*. கவிதைகூட விற்பனைச் சரக்காக மாறுகிற ஓர் உலகத்தின் பயங்கரத்தால், இலக்கியம் புதிய ஆசைகளையும், கருத்துக்களையும், வலிமையையும் தருவதற்குப் பதில் மனிதனைத் தளர்வுறச் செய்கிறது. மிகக் குறைந்த சில குறைகளை விலக்கினால் சோஷலிஸ–கம்யூனிஸ லேபிள்களில் பிரச்சாரம் செய்யப்படும் வெளியீடுகளும் இந்த மோசமான இலக்கியத்தைச் சேர்ந்தவையே என்று ‘அறிக்கை’ குறிப்பிடுகிறது. மனிதப் பிரக்ஞை மாறும்போது இலக்கியமும் மாறும் என்று மார்க்ஸும், ஏங்கெல்ஸும் எதிர்பார்க்கிறார்கள். உலகச் சந்தையின் சுரண்டல் மூலம் முதலாளித்துவம் உற்பத்திப் பொருட்களுக்கு உண்டாக்கியிருக்கிற சர்வதேசியத்துவம் தேசியத் தன்மைகளை சாத்திய மாற்றதாக ஆக்குகிறது. வரலாறு உலக வரலாறாக மாறும் பொழுது இலக்கியமும் உலக இலக்கியமாக மாறுகிறது. ஜெர்மன் கற்பனாவாதிகள் அல்லது தாமஸ் கார்லைல் முதலாளித்துவத்தின் மீது கொண்டிருந்த

பக்கச்சாய்வான எதிர்ப்பு மார்க்ஸைப் பாதிக்கவில்லை. பத்தொன்பதாம் நூற்றாண்டு முதலாளித்துவத்தின் முற்போக்கான அம்சங்களையும் அவர் கவனத்திற்கொள்கிறார். 'அறிக்கை' ஒரு செயல் திட்டம் என்பதனால் போராட்டங்களை இரண்டு வர்க்கங்களுக்கிடையில் சுருக்கிவிடுகிறது. எனினும் எழுத்தாளர்கள் வர்க்க வரையறைகளை முறித்து மேல்வர்க்கக் கருத்துக்களை எதிர்க்க இயலும் என்பதை அறிக்கை கவனிக்கத் தவறுவதில்லை. 'பூர்ஷ்வா சமூகத்தின் ஒரு பகுதி தொழிலாளி வர்க்கத்துடன் அணிதிரளும்' என்றும் குறிப்பிடுகிறது. வரலாறு பற்றிய முழுமையான கோட்பாட்டுப் பிரக்ஞை மூலம் பூர்ஷ்வா கலைஞனும், அறிவுஜீவியும் தம்முடைய வர்க்கத்தளைகளிலிருந்து விடுபடுவார்கள். இதுபோன்றவர்களின் கண்ணோட்டத்திலிருந்தே 'அறிக்கை' பூர்ஷ்வாக்களை எதிர்கொள்கிறது. ஏங்கெல்ஸின் தார்மீகச் சொற்பொழிவு ஒன்றுடன் தொடங்கும் அறிக்கையை எழுதியவர் மார்க்ஸ்தான் என்பதைக் கையெழுத்துப் படிகளும், நடைபற்றிய ஆய்வும் தெளிவுபடுத்துகின்றன.

நாடு கடத்தல்களுக்கும், குண்டு வீச்சுகளுக்கும், கூட்டுக் கொலைகளுக்கும் முன்னால் அலங்காரச் சொற்பொழிவுகளும், வீண் ஆரவாரங்களும் கொண்ட யுகம் முடிவுறுவதைக் கண்டார் மார்க்ஸ். ஐரோப்பிய கற்பனாவாதம் கவர்ச்சிகரமான சொற்களுக்கிடையில் மேல்வர்க்கத்தின் ஆணவம், மிருகவெறி, பொருளாசைகள் ஆகியவற்றை மறைத்து வைக்கிறது என்று லா மார்ட்டினை உதாரணம் காட்டி அவர் விவாதிப்பதை கோலோனிலிருந்து தொடங்கப்பட்ட 'புதிய ஜெர்மன் கெஸட்' கட்டுரைகளில் காணலாம். சமூக அவலங்கள் இவ்வாறு கவிஞர்களின் பரிசுத்த வேஷங்களைக் கலைப்பதோடு ஃபெர்டினான்ட் ஃப்ரெய்லிகிராஃப் போன்ற புதிய எழுத்தாளர் களைப் புரட்சி நோக்கிச் செலுத்துவதையும் மார்க்ஸ் கண்டார். வர்க்கப் போராட்டம் நடைபெறப் போவதேயில்லை என்ற பொய்க்கருத்தைப் பரப்பி, அந்தப் போராட்டத்தில் வெற்றி பெறப் போகிறவர்களை மயங்கச் செய்தும், தோல்வியடைய வேண்டிய வர்க்கங்களுக்குப் போலிப் பாதுகாப்புக் கொடுப்பதும் கற்பனாவாதிகளே. இரண்டாவது பிரெஞ்சுக் குடியரசை நிறுவுவதில் லா மார்ட்டின் வகித்த பங்கு மோசமான

முன்னுதாரணம் என்று மார்க்ஸ் 'பிரான்சில் வர்க்கப் போராட்டம்' என்ற நூலில் எழுதினார். விவசாயிகளைக் கற்பனாவாதப்படுத்திய, கிராமிய வாழ்க்கையை இலட்சியவாதப் படுத்திய தோமர், ஓவர்பாஹ் போன்ற கிராமியக் கதாசிரியர்களை அவர் மீண்டும் கடுமையாக ஆட்சேபித்தார். பொதுவாகவே, இலட்சியவாதங்களை அவர் வெறுத்தார் என்பது ரஃபேலுக்கு எதிராக ரெம்ப்ராண்டின் ஓவியப்பாணியையும், ஷில்லருக்கு எதிராக ஷேக்ஸ்பியரின் பாத்திரச் சித்தரிப்பு களையும் பற்றிய அவரது கருத்துக்களிலிருந்து தெளிவாகிறது. மார்க்ஸின் தத்துவச் சிந்தனை போலவே அழகியலும், தெய்வீகத்தை மனிதத்துவத்தால் எதிர்கொள்வதாகவே இருந்தது.

இலக்கியத்தில் போலிப்பிரக்ஞை என்பதற்கு எதிரான எச்சரிக்கைகளை 'லூயி போனபார்ட்டின் பதினெட்டாவது புரூமேர்' நூலிலும் மார்க்ஸ் தொடர்கிறார். பத்தொன்பதாம் நூற்றாண்டின் சமூகப் புரட்சி எதிர்காலத்திலிருந்துதான் அதன் கவிதையைக் கொண்டுவர முடியும். இறந்த காலத்திலிருந்தல்ல. இறந்த காலம் பற்றிய சகல மூடநம்பிக்கைகளையும் களைந்து எறியாமல் அது புதிதாகத் தொடங்க இயலாது. பழைய புரட்சிகளுக்குத் தமது உள்ளடக்கங்களைப் பற்றி மயக்கம் கொள்ள உலக வரலாற்று ரீதியான நினைவுகள் வேண்டி யிருந்தன. "பத்தொன்பதாம் நூற்றாண்டுப் புரட்சி அதன் உள்ளடக்கத்தை அடையவேண்டுமானால் இறந்தவர்களைப் புதைக்க இறந்தவர்களுக்கு அனுமதியளிக்க வேண்டும். அங்கே உருவம் உள்ளடக்கத்தை மீறிப்போனது. இங்கோ உள்ளடக்கம் உருவத்தைக் கடந்து போகிறது" *(26)*, இன்றைய யுத்தத்தை வெல்ல போன வருடத்து போர்க்கவசம் போதாது என்று மார்க்ஸ் நம்புகிறார். அந்நியமாதல் இல்லாத ஒரு சமூகத்தைப் பற்றிய கனவிலிருந்து உத்வேகம் பெறவேண்டும் என்று அவர் குறிப்பிடும்போது இறந்தகால இலக்கிய – கலாச்சார மரபுகளை மறுக்கவோ, மறக்கவோ செய்ய வேண்டும் என்று கூறுவதில்லை. 'பதினெட்டாம் புரூமே'ரில் பெரும்பகுதியில் வேதப்புத்தகத்தின் எகிப்திய தசையும் உயிருமுள்ள நபர்களை–சாமுவேல், ஸோல், தாவீது– மார்க்ஸ் நினைவுபடுத்துகிறார்.

ஷ்லோமோ ஆவினெரி *[27]* தனது கட்டுரையொன்றில் வாதிடுவதுபோல, மார்க்ஸின் சிந்தனைத் திட்டத்தில்

அறிவுஜீவி வர்க்கம் முன்னமே உருவாக்கப்பட்டதல்ல. அவர்கள் முதலாளி வர்க்கத்தையோ, தொழிலாளி வர்க்கத்தையோ சேர்ந்தவர்களல்ல. தன்னிச்சையான தேர்ந்தெடுப்பின் மூலம் தங்களுக்கு விருப்பமான வர்க்கத்துடன் பங்கு சேர்கிறார்கள். எனவே பொருளாதார ரீதியில் உயர்ந்த வர்க்கத்தில் பிறந்த ஓர் எழுத்தாளன், தாழ்ந்த வர்க்கத்துடன் இணையவும், தாழ்ந்த பொருளாதார வர்க்கத்தில் பிறந்த ஒருவன் மேல்வர்க்க அக்கறைகளைப் பிரதிநிதித்துவப்படுத்தவும் முடியும். இலக்கியத்தில் தனிநபர் வழிபாட்டுக்கும், 'இலக்கியத் தொழிலுக்குமான' உறவு பற்றி மார்க்ஸ் இக்காலங்களில் பல கடிதங்களிலும், கட்டுரைகளிலும் எழுதுகிறார். கிங்கெல், ஆர்னால்ட் ரூஷ் போன்ற மேம்பாக்கான மத்தியதர வர்க்க இலக்கியவாதிகளை உதாரணமாகக் கொண்டு, சாதனங்களின் (media) மூலம் நடைபெறும் இலக்கியத் தொழிலையும், அதன் வணிக ரீதியான நோக்கங்களையும் எதிர்க்கிறார். ஷேக்ஸ்பியருக்கு ஒரு 'தத்துவப் பின்னணி' இல்லாதபடியால் அவர் ஒரு நாடகக் கவிஞரல்ல என்று கூறிய ரூஷை 'மரமண்டை' என்று கேலி செய்கிறார். இலக்கியத்திலிருந்து 'தத்துவப் பார்வைகளை' எதிர்பார்ப்பவர்களுக்கு எதிரான எச்சரிக்கையாக ஏங்கெல்ஸுக்கு எழுதிய கடிதத்தில் இது இடம் பெறுகிறது. தத்துவார்த்தத் தொடர்ச்சியையோ சிந்தனைகளையோ இலக்கியத்தின் இயல்பாக ஒருபோதும் மார்க்ஸ் கருதவில்லை. அறிவுடனும், தார்மீகத்துடனும் மட்டுமல்லாமல் கண்ணோடும், காதுடனும் கோரிக்கை முன்வைக்கிற ஒரு காட்சி-ஒலி வடிவமாகவே இலக்கியத்தைக் கருதினார். கவிதை, நாவல். நாடகம் இவற்றை உரத்துப் படிப்பதிலும், கவிதையைச் சிரத்தையாக அச்சிடுவதிலும் அவர் அக்கறை கொண்டிருந்ததாக அவரது மகள்கள் எழுதிய நினைவுக் குறிப்புகளிலும், கடிதங்களிலும் ஆதாரங்கள் கிடைக்கின்றன.

7

1858–59களில் கவிஞர் ஃப்ரெய்லி கிராஃப் மார்க்ஸுக்கும் ஏங்கெல்ஸுக்கும் ஒரு நாடகத்தின் பிரதிகளை அனுப்பி யிருந்தார். லாஸல்லே எழுதிய 'ஃப்ரான்ஸ் வான் சிக்கிம்கென்' என்ற நாடகம். நாடகம் பற்றிய மார்க்ஸின் அலசல் அவருடைய இலக்கிய விமர்சனத்துக்குச் சிறந்த உதாரணம் என்பதுடன், துன்பியல் நாடகங்கள் பற்றிய மார்க்ஸியக் கருத்தாக்கத்துக்கு முன்னோட்டம் என்ற நிலையிலும் கவனத்துக்குரியது. இது 1859 – ஏப்ரல் 19 தேதி மார்க்ஸ் நாடகாசிரியருக்கு எழுதிய கடிதம். ஏங்கெல்ஸும் தனிப்பட இன்னொரு கடிதத்தை லாஸல்லேவுக்கு அனுப்பியிருந்தார். வரலாற்றுத் துன்பியல் நாடகத்தின் (historical tragedy) படைப்பு, செயற்கூறு, உணர்வுக் கட்டமைப்பு இவற்றைப் பொதுவாகப் பாராட்டியும், லாஸல்லேவின் கவிதை நடையின் அழகுக் குறைவை மெல்லிய கேலியுடன் மன்னித்தும், நவீன துன்பியலைப் புரட்சியுடன் தொடர்புபடுத்தி வெளிப்படுத்தியமைக்கு அங்கீகாரமும் வழங்குகிறார் மார்க்ஸ். பிறகு நாடகத்தின் குறைகளை முன்வைக்கிறார். 1522–23 காலத்திய அரசியல் –ராணுவத் தலைவனான ஃபரான்ஸ் வான் சிக்கிம்கென், அவருடைய வர்க்கத்தையே சார்ந்த (கீழ்மட்ட பிரபு வர்க்கம்), தத்துவவாதியும், மனிதநேயச் சிந்தனையாளருமான ஹுட்டன் ஆகியோரின் தலைமையில் நிகழ்ந்த ரைன் குலப்பிரபுக்களின் (Knight) கலகமே நாடகத்தின் கருப்பொருள். அரசனுக்கு அடங்கிய ஒருவித ஜனநாயகத்தை உருவாக்குவதற்காகப் பிரபுக்கள் மேற்கொண்ட

போராட்டம் அது. ஆனால் இளவரசனுக்கு எதிரான அந்தப் போராட்டத்தில் அவர்கள் தோல்வியடைந்தனர். இரு தலைவர்களும் கொல்லப்பட்டனர். (விவசாயிகளைத் தமது அணியில் சேர்த்துக்கொள்ளத் தவறியதே அவர்கள் தோல்வியடைந்ததற்கு முக்கியக் காரணம் என்று ஏங்கெல்ஸ் 'ஜெர்மனியில் விவசாயப் போராட்டம்' என்ற நூலில் குறிப்பிடுகிறார்). லாஸல்லேவின் கதாநாயகன் வகிக்கும் சமூகப் பதவியே அவனைத் தோல்வியடையச் செய்தது என்று மார்க்ஸ் கூறுகிறார். கதேயின் கோட்ஸ்வான் பெர்லிஷிங்கன் என்ற கதாநாயகன் போல இந்தப் பாத்திரமும் ஒரு 'டான்குவிக்ஸாட்', ஒரு 'குலப்பிரபு' என்ற வர்க்க வரையறையைக் கடந்து, நகரவாசிகளுடனும் விவசாயிகளுடனும் போராட்டத்துக்கான கோரிக்கை விடுக்க சிக்கிம்கெனால் முடிவதில்லை. சிக்கிம்கெனும் ஹூட்டனும் உண்மையில் பிறபோக்கு வர்க்க அக்கறைகளைப் பிரதிநிதித்துவப்படுத்துபவர்கள். ஆனால் புரட்சிக் கருத்துக்களின் நடைமுறையாளர்கள் என்று தம்மைத் தாமே கருதிக் கொண்டார்கள். புரட்சி பற்றியும், ஒருமைப்பாடு பற்றியும் அவர்கள் செய்யும் சொற்பொழிவுகளுக்குப் பின்னால் பழைய பிரபுத்துவ வர்க்க அதிகார வேட்கை மறைந்திருக்கிறது. பின்புலமாக நகர்ப்புற புரட்சி வர்க்கங்கள், விவசாயிகளின் பிரதிநிதிகள் ஆகியோரை நாடகத்தில் சித்தரிக்காமல் விட்டது தவறு என்று மார்க்ஸ் சொல்கிறார். அப்படிச் செய்திருந்தால் லாஸல்லேவால் ஜனநாயக ஒற்றுமை போன்ற புதிய தேவைகளை வெளிப்படுத்த முடிந்திருக்கும். நாடகாசிரியர் தனது கதாபாத்திரங்களை, 'காலகட்டத்தின் ஆன்மா' என்று தான் கருதும் சில சிந்தனைகளின் யாந்திரீக நடைமுறையாளர்களாகச் சுருக்கி, அவர்களின் இயல்பான தன்னிச்சையான வளர்ச்சியைக் கட்டுப்படுத்துகிறார். பாத்திரங்கள் பற்றிய தனது விளக்கங்களை நாடகாசிரியர் அவர்கள் வாயில் திணித்து அவர்களின் ஒருமையை இல்லாதாக்குகிறார். பாத்திரங்களின் சிக்கல்களைப் போதுமான அளவு சித்தரிக்காததனால் அவை அரூபமாக மாறுகின்றன உதாரணம் ஹூட்ஸன். தனிநபர் வழிபாடு மிகுந்த காலகட்டத்தில் இது சகிக்க மாட்டாதது என்று மார்கஸ் கூறுகிறார்.

மனிதனைப் பற்றிய 'முழுஅறிவு'க்கு இலக்கியத்தையும் இணைக்கும் மார்க்ஸின் முயற்சியில் இந்தக் கடிதம் முக்கியமான

கட்டத்தைக் குறிக்கிறது. – *'அரசியல் பொருளாதார விமர்சனத்துக்கு ஒரு முன்னுரை'* (An Introduction to the Critique of Political Economy), *'1857–59 காலத்திய குறிப்புகள்'* (Grundrisse) ஆகிய நூல்களின் முன்னுரைகளில் மார்க்ஸ் இந்த முயற்சியை முன்னோக்கிச் செலுத்துகிறார். மென்மையாகத் தோன்றும் வடிவத்தில் லாஸல்லேவுக்கு எதிராக மார்க்ஸ் முன்வைக்கும் விமர்சனங்கள் உண்மையில் கடுமையானவை. நாடக ஆக்கத்தில் லாஸல்லே கொண்டிருந்த நோக்கங்களுக்கும் இடையிலான முரண்பாடே மார்க்ஸின் விவாதப் பொருள். இதைத் தெளிவுபடுத்துவதன் இடையில் இலக்கியம் பற்றிய மூன்று அம்சங்களை அவர் வெளியிடுகிறார். ஒன்று; பலரும் தவறாகப் புரிந்துகொள்வது போல துன்பப்படும் வர்க்கத்தின் நீதிக்காகப் போராடி தோல்வியடைந்தவர்கள் மட்டுமே நவீன துன்பியல் நாயகர்கள் என்று மார்க்ஸ் கருதுவதில்லை. அதனால்தான் கதேயின் பெர்லிஷிங்கனை அவர் ஏற்றுக் கொள்கிறார். புதிய சமூக அமைப்புக்கு எதிராகப் போராடி வீழ்ச்சியடையும், பழைய சமூக அமைப்பின் பிரதிநிதிக்கும் துன்பியல் நாயகனாகும் தகுதி உண்டு. மார்க்ஸ் இரண்டாவது வகை துன்பியல் நாயகனையும் கூடக் காண்கிறார் – தருணம் வாய்ப்பதற்கு முன்பே வெளிப்படும் புரட்சியாளன் ஏங்கெல்ஸின் 'ஜெர்மன் விவசாயப் போராட்டத்தில் விவரிக்கப்படும் தாமஸ் மூன்ஸர் இத்தகைய தீரம் கொண்ட துன்பியல் நாயகனுக்கு உதாரணம் என்றும் மார்க்ஸ் சுட்டிக்காட்டுகிறார். எனினும் சிக்கிம்கென், லாஸல்லே கருதியது போல இத்தகைய புரட்சியாளனாக இருக்கவில்லை. இரண்டு: அவர்களை உருவாக்கிய அல்லது அவர்கள் தேர்ந்தெடுத்துக்கொண்ட வர்க்கத்தின் பிரத்தியேகக் கண்ணோட்டத்தை, உணர்ச்சிகளைப் படைப்புகளில் வெளிப்படுத்தி சித்தாந்தங்களைச் சுட்ட எழுத்தாளர்களால் முடியும். பத்தொன்பதாம் நூற்றாண்டு மிதவாதிகளின் கலாச்சார நாயகனாக இருந்த ஹூட்டன் என்ற வரலாற்று மனிதனை, கதாபாத்திரத்தை மேற்சொன்ன வகையிலேயே புரிந்துகொள்ள முடியும். மூன்று சிக்கிம்கெனை, வரலாற்றால் நியாயப்படுத்தப்பட்ட ஒரு 'டான்குவிக்ஸாட்' என்று கூறும்போது, ஸெர்வாண்டிஸ் போன்ற பெரும் இலக்கியவாதியால், எந்தக் காலத்திலும் திரும்பத் திரும்ப

வெளிப்படக்கூடிய சில வாழ்க்கை மாதிரிகளைக் கற்பனை செய்ய முடியும் என்பதையும் மார்க்ஸ் தொனிக்கச் செய்கிறார். வரலாறு மாறலாம். நிலைமைகள் மாறலாம். நீதிமுறைகளின் இலக்கணங்கள் மாறலாம். எனினும் பதினாறாம் நூற்றாண்டு ஸ்பெயினில் தோன்றியது போலவே பத்தொன்பதாம் நூற்றாண்டு ஜெர்மனியிலும் ஒரு ‘டான்குவிக்ஸாட்’ தோன்ற முடியும். அவ்வாறு மகத்தான கலை கால எல்லைகளைக் கடந்த தொடர்புத் தன்மை பெறுகிறது.

துன்பியல் நாடகங்கள் பற்றிய மார்க்ஸின் கருத்தாக்கத்துக்கு இந்த ஆய்வு ஓர் உதாரணம். பிளாட்டோ துன்பியலைக் கலையின் கடைசிப் படிகளில் வைத்தார்–மனிதனுடைய மிகவும் வெட்கக்கேடான அம்சமான உணர்ச்சியுடன் தொடர்புடையது என்ற காரணத்தால். பகுத்தறிவின் விதிகளை உணர்ச்சித் தூண்டுதல்கள் கைப்பற்றிவிடக் கூடாது என்பதன் முன்ஜாக்கிரதை என்ற நிலையில் பிளாட்டோ தனது ‘இலட்சியக் குடியர’சிலிருந்து துன்பியலை விலக்கினார். (மனித) குணங்கள் உருவாவதிலும், மனவதையிலும் உள்ளடங்கிய துன்பியல் நாடகத்தின் அசல் தன்மையையும், மேன்மையையும், அரிஸ்டாடில் வெளிப்படுத்தினார். மனிதர்களை, எதார்த்த மனிதர்களை விட உயர்ந்தவர்களாகச் சித்தரிக்கும் துன்பியல் நாடகத்தை அவர் கலையின் சிகரம் என்று நம்பினார். போராட்டத்தின் தீவிரத் தன்மையால் மட்டுமே துன்பியலின் பின்னணி உருவாவதில்லை. இன்பத்திலிருந்து துன்பத்தை நோக்கிய பரிணாமத்துக்கான, நிதானமான, நிர்ணயிக்கும் தன்மை கொண்ட போராட்டமே துன்பியலை உருவாக்கும். துன்பியல் நாயகன் தேவை காரணமாகவே துயரத்தை நோக்கி நெருங்குகிறான். போராட்ட முரண்பாடுகளில் இந்த அவலம் முன்கூட்டியே சொல்லப்படுகிறது. (இத்தகைய முடிவு ஒன்றை ஹெகலும் சுட்டிக்காட்டியிருந்தார்). இலட்சியங்களின் முழுமுற்றான (absolute) தன்மை காரணமாக அவர்கள் சமரசம் செய்துகொள்ள முடிவதில்லை. இறக்கும்வரை அவர்கள் போராடுகிறார்கள். எனினும் இலட்சியங்களைக் கைவிடுவதில்லை. அவை மனிதனை மனிதனாக ஆக்குகிற இலட்சியங்கள். இலட்சியத்துக்காக மேற்கொள்ளும் போராட்டத்தின் மூலமாக மட்டுமே தனது மனிதத்துவத்தை

வெளிப்படுத்த முடியும் என்பதே துன்பியல் நாயகனின் நிலை. அவனது தியாகமே அவனுடைய சாராம்சத்தின் திடத்தன்மை. அவ்வாறு அது தன்னைப் பலியிட்டுக் கொள்வதைவிட வெற்றியாகிறது. தனது இலட்சியத்தின் முழுமுற்றான தன்மையை அறிவித்துக்கொள்வதோடு, தனது மனிதத்துவத்தையும் தெளிவுபடுத்துகிறது. துன்பியலின் இயல்பு. ஓர் அசலான, தவிர்க்க இயலாத போராட்டமே என்று ஹெகல் அறிந்தார். சமரசங்களும், பரிகாரங்களும் போராட்டத்திற்கு மறுப்பை, அதன் மூலம் மனித மறுப்பை நோக்கி மனிதனை இட்டுச் செல்லும். தான் கொண்ட இலட்சியத்தைக் கைவிட முடியாமலிருப்பது, மரணத்தையோ, தோல்வியையோ ஏற்காமல் அந்த இலட்சியத்தை அடைய முடியாமலிருப்பது, போராட்டச்தைக் கைவிட முடியாமலிருப்பது இந்த மூன்று திறனின்மைகளிலிருந்தே துன்பியற் சிக்கல் உருவாகிறது. புரட்சிகரத் துன்பியலின் சிக்கல் (அல்லது மோதல் – மொ...ர்) தனிநபர்களுக்கிடையிலோ, தனிநபருக்கும் சமூகத்துக்கும் இடையிலோ நிகழ்வது அல்ல. சமூக வர்க்கங்களுக்கிடையிலோ, சமூக சக்திகளுக்கு இடையிலோ நிகழ்கிறது. இது போன்ற நாடகம் புரட்சியின் பிரச்சனைகளை அதன் தோல்வியுடன் தொடர்புபடுத்திச் சித்தரிக்க வேண்டும். உண்மையான புரட்சிகரச் சக்திகள் இல்லாமல், சரியான துன்பியல் சிக்கல் (அல்லது மோதல் மொ...ர்) சாத்தியமில்லை. அந்தச் சக்திகளைப் புறக்கணித்ததன் மூலமே லாஸல்லே பிரபுக்களின் கலகத்தைத் தஞ்சமடைய நேர்ந்தது. புரட்சிகரத் துன்பியல் நாடகத்தில் காணும் மனிதனின் திறனின்மை வரலாற்று ரீதியானது. நாயகனால் அதைக் கடந்து போக முடிவதில்லை. லாஸல்லே நாடகத்தில், விவசாயிகளுக்கும், கீழ்மட்ட பிரபுத்துவ வர்க்கத்துக்கும் இடையில் அமையும் ஒரு கூட்டமைப்பால் மட்டுமே இளவரசர்களைத் தோற்கடிக்க முடிந்திருக்கும். ஆனால் இவர்களுக்கிடையில் நிலவும் வர்க்க முரண்பாடு அத்தகைய கூட்டமைப்பை அசாத்தியமாக்குகிறது. சில இலட்சியங்களை அடைவது ஒரு வரலாற்றுத் தேவையாக இருப்பது, அந்த இலட்சியங்களை அடைய சூழல் அனுமதிக்காமலிருப்பது – இவையே புதிய துன்பியல் நாடகத்தின் சிக்கல். வரலாற்று நோக்கில், அடையவே முடியாத இலட்சியங்களை, வர்க்க

ரீதியான காரணங்களுக்காக இயக்கத்தின் முன்வைக்கும் போதுதான் புரட்சியின் தோல்வி ஆரம்பமாகிறது. ஆனால் லாஸல்லேவால் சிக்கிம்கென், ஹூட்டன் ஆகியோரின் தோல்வியைத் தனிமனித எல்லையிலேயே காணமுடிந்தது. கருத்து முதல்வாதி என்பதால் அகவயமான தளங்களில் மட்டுமே அவர் காரணங்களைத் தேடுகிறார். அதன் காரணமாகவே அடித்தட்டு வர்க்கப் போராட்டத்துக்கும் விவசாயத் தலைவனான மூன்சருக்கும் அவர் முக்கியத்துவம் கற்பிக்காமலிருந்தார். லாஸல்லே ஹெகலின் சீடர். ஹெகலிடம் காணப்படும் சுதந்திரத்துக்கும், தேவைக்கும் இடையிலுள்ள முரண்பாடு என்ற தத்துவத்தைப் புறக்கணித்து, தனது நாயகர்களை அகவயமான குற்ற உணர்வில் சிக்க வைக்கிறார். திறன், அகந்தை, இலட்சியமின்மை – இவையே நாடகத்தில் சிக்கிம் கெனின் வீழ்ச்சிக்கான காரணங்கள். இந்த இயல்புகளின் வரலாற்று – வர்க்கச் சூழ்நிலைகளை நாடகாசிரியர் காண்பதே இல்லை. அவ்வகையில் லாஸல்லே ஷேக்ஸ்பியரின் முறையைவிட ஷில்லரின் முறையையே பின்பற்றுகிறார். ஷேக்ஸ்பியரின் பாத்திரங்கள் ரத்தமும் சதையும் கொண்ட மனிதர்கள்; எதார்த்த மனிதர்களுக்கும் பௌதிக அக்கறைகளுக்கும் இடையிலான போராட்டம் அவர்களுடையது. ஷில்லர் கதாபாத்திரங்களைக் கருத்துக்களின் அரூபப் படிமங்களாகத் தரம் தாழ்த்துகிறார். இங்கே போராட்டம் கருத்துக்களின் இடையிலானது. துன்பியல் மோதல், புரட்சிகர மோதல் ஆகியன வெறும் கருத்து மோதல்கள் அல்ல. அவை எதார்த்த வாழ்க்கையின் முரண்பாடுகளிலும், வரலாற்றின் முரண்பாடுகளிலும் வேர் கொண்டவை. லாஸல்லேயின் அழகியல் பார்வை, அவருடைய அரசியல் சந்தர்ப்பவாதத்துடன் உறவு கொண்டிருக்கிறது. பிரஷ்யாவின் அக்கறைகளுக்கும் பிஸ்மார்க்கின் அக்கறைகளுக்கும் ஒத்துவரக் கூடிய ஒரு நிலைப்பாட்டை ஏற்றுக்கொள்ளும்படி லாஸல்லே ஜெர்மானிய தொழிலாளி வர்க்கத்தை வற்புறுத்தினார்.

8

'நியூயார்க் டெய்லி ட்ரிப்யூ'னின் ஐரோப்பிய நிருபர் என்ற நிலையில், *1852–62* காலப்பகுதியில் மார்க்ஸ் எழுதிய கட்டுரைகள் அரசியலுக்கும் கலைக்குமுள்ள உறவு குறித்த அவருடைய கருத்துக்களை வளர்ச்சியடையச் செய்தன. அரசியலிலும் இலக்கியத்திலும் ஒன்றுபோலத் தோன்றுகிற 'தேசீயப்பாணி'களைப் பற்றிச் சில கட்டுரைகளில் குறிப்பிடுகிறார். கார்ல் டெரோன், ஸ்பானிய இராணுவத்தலைவராக இருந்த கிவின்டானா ஆகியோரின் நடையில் காணப்படும் மிகைப்படுத்திய, பகுத்தறிவு கடந்த ஒரு பொது ஸ்பானிய மரபை மார்க்ஸ் காண்கிறார். கரிபால்டியின் சொற்பொழிவுகளை தாந்தேயுடனும், மாக்யவில்லியுடனும் அவர் தொடர்பு படுத்துகிறார். எனினும் இந்த 'தேசீயப்பாணிகள்' நிரந்தர உறவு கொண்டவையல்ல. இவற்றைப் புதிய எழுத்தாளர்களால் முற்றிலும் புதுமைப்படுத்த இயலும். இத்தாலியில் மஸ்ஸினி இதைச் செய்ததாக மார்க்ஸ் கருதினார்.

1857 இல் 'ட்ரிப்யூ ' னின் ஆசிரியர் சார்லஸ்டானா, தான் பதிப்பிக்கவிருந்த கலைக்களஞ்சியத்திற்காக 'அழகியல்' பற்றி கட்டுரை எழுதித்தருமாறு கார்ல் மார்க்ஸைக் கேட்டுக் கொண்டார். ஒற்றைப் பக்கத்தில் ஓர் அழகியல் கோட்பாட்டை எழுதும் இந்தக் கோரிக்கையை மார்க்ஸ் சிரித்துக்கொண்டே ஒதுக்கிவிட்டார். எனினும் அந்தத் திசையில் சில புதிய தேடல்களுக்கு அது வழியமைத்தது. ஃபிரெடரிக் தியோடர் விஷரின் 'அழகியல்' என்ற புத்தகத்தையும், ஒரு கலைக்

களஞ்சியக் கட்டுரையையும் படித்துவிட்டு மார்க்ஸ் எழுதிய குறிப்புகளை ஜியார்ஜ் லூகாக்ஸ் விரிவாக ஆராய்ந்திருக்கிறார் *[28]*. குறிப்புகளின் மூன்று முக்கியத்துவங்களை லூகாக்ஸ் விவரிக்கிறார். ஒன்று: விஷரின் நான்கு தொகுதிகள் கொண்ட அழகியல் நூலின் மொத்தக் கட்டமைப்பிலும், ஒழுங்கிலும் மார்க்ஸ் அக்கரை கொள்கிறார். விஷயத்தெளிவு காரணமாகவும் தனது பொருளாதார நூலுக்கு ஒரு முன்மாதிரி என்ற நிலையிலும் மார்க்ஸை இந்த நூல் கவர்ந்தது. இரண்டு: அகவய, புறவயத் தன்மைகள் (Subjective and objective) பரஸ்பரம் இணைந்தும், அழகியல் தருணங்களை உருவாக்கியும் காணப்பட்ட பகுதியில் மார்க்ஸ் மிகுந்த அக்கறை கொண்டார். பொருட்களின் உண்மை இயல்புக்கும், அவற்றின் அழகியல் முக்கியத்துவத்துக்கும் இடையிலான உறவு பற்றிச் சிந்திக்க இது தூண்டியது. இத்தகைய அம்சங்களைக் குறித்த கான்டின் (Immanual Kant) கண்ணோட்டங்களை மார்க்ஸ் விஷரின் நூலிலிருந்து தொகுத்துக்கொண்டார். மூன்று: மார்க்ஸை மிகவும் கவர்ந்த அம்சம் – புராணம் (Myth) பற்றிய விஷரின் விளக்கம். மறைந்துபோன ஒரு குறிப்பிடத்தக்க உலக வரலாற்று யுகத்தின் வெளிப்பாடாகப் புராணத்தைக் காணும் ஹெகலின் முறையையே விஷரும் பின்பற்றுகிறார். இருவரும் நவீன காலத்தின் சுதந்திர 'உலகியற் கற்பனை'யைப் பழைய கால 'மதக் கற்பனை' யுடன் ஒப்பிடுகிறார்கள். இந்தக் கருத்துக்கள் 'கிரண்ட்ரிஸே'வுக்கு முன்னுரை எழுதும்போது மார்க்ஸின் மனதிலிருந்தன என்பது வெளிப்படை.

விஷரின் நூல்கள், கான்டின் நூல்களுடன் மட்டுமல்ல, ஷில்லரின் நூல்களுடனும் மார்க்ஸை நெருங்கச் செய்தது என்று லிஃப்ஷித்ஸ் *[29]* குறிப்பிடுகிறார். ஷில்லரிடமிருந்து விஷர் மேற்கோள் காட்டும் பகுதியொன்றை மார்க்ஸ் ஏற்பளிப்புடன் தனது குறிப்புகளில் பயன்படுத்துகிறார். "அழகு – ஒரே நேரத்தில் பொருளும், அகவயமான நிலையும் ஆகும். நாம் விமர்சிக்கும் போது அது உருவம். அனுபவிக்கும் போது அது வாழ்க்கை. ஒரே நேரத்தில் அது நம்முடைய இருப்பும் படைப்பும் ஆகும். முன் காலத்தில் அவர் மனதிற்கொண்டிருந்த ஹெகலிய அழகியல் சிந்தனைகளை இது மார்க்ஸுக்கு நினைவுப்படுத்தியிருக்க வேண்டும். 'அளவு' (measure) 'அளவின்மை' (measurelessness)

போன்ற ஹெகலியக் கருத்துக்கள் மார்க்ஸின் அழகியல் தத்துவச் சிந்தனையை மட்டுமின்றி பொருளாதாரச் சிந்தனையையும் பாதித்திருந்தன – மூலதனத்திலும் இது கணிசமான பாதிப்பைச் செலுத்துகின்றன. தனது பொருளாதார விமர்சனத்தைத் தயார் செய்வதற்காக 1857 ஆகஸ்ட் முதல் ஆறுமாத காலம் ஏழு நோட்டுப் புத்தகங்களில் தயாரித்த கையெழுத்துப் பிரதிகளும் குறிப்புகளும், அரசியல் பொருளாதார விமர்சனத்தின் அடிப்படைகள் – 'க்ரண்ட்ரிஸ்' என்ற பெயரில் 1939இல் தான் பிரசுரிக்கப்பட்டது. இலக்கியத்தின் தீர்க்கதரிசனம் பற்றிய அகப்பார்வைகளை வழங்கும் பல பகுதிகளும் இந்த நூலில் காணப்படுகின்றன, ராபின்சன் குரூசோவின் தனிமையைப் பத்தொன்பதாம் நூற்றாண்டுக் குடிமைச் சமூகத்தின் (Civil Society) சமூக ரீதியிலான அந்நியமாதலின் முன்னோட்டமாகக் காணும் பகுதி ஓர் உதாரணம். 'பாரிஸ் கையெழுத்துப் படிக'ளில் தொடக்கமிடப்பட்டிருந்த சில கருத்துக்களை 'க்ரண்ட்ரிஸ்' முன்னோக்கிக் கொண்டுசெல்வதைக் காண முடியும். கலைக்கும் மனிதத் தேவைகளுக்கும் இடையிலான உறவு அவ்வகையில் ஒன்று. "உற்பத்தி என்பது தேவைக்கு ஏற்ற பொருள்வகைகளை உருவாக்குவதோடு அல்லாமல், பொருட்களுக்கான தேவையையும் உருவாக்குகிறது. ஒரு பொருள் அவசியமானது என்று நுகர்பவனுக்கு உணர்த்துவது அந்தப் பொருளின் தோற்றம். கலைப்பொருட்களுக்குப் பிற உற்பத்திப் பொருட்களைப் போலவே–கலையை அனுபவிக்கிற, அழகியல் ரசனை கொண்ட ஒரு சமூகத்தைப் படைக்கின்றன. அவ்வாறு உற்பத்தி அறிபவனுக்கு ஓர் அறிபொருளை உருவாக்குவது மட்டுமல்லாமல் அறிபொருளுக்கு ஓர் அறிபவனையும் உருவாக்குகிறது" [30]. கலை, ரசனையையும், உருவாக்குகிறது. கலையைப் படைக்கிற, அனுபவிக்கிற சமூகத்தின் பௌதீக பொருளுற்பத்தி முறைகள் போன்ற வர்க்க அடிப்படையும் ஆய்வுக்குரியது என்று மார்க்ஸ் கருதினார். கலைக்கே உரித்தான சிறப்பியல்புகளை அவர் காண மறுத்தார் என்பதல்ல இதன் அர்த்தம். பௌதிகப் பொருளுற்பத்தி, கலையின் வளர்ச்சி இவற்றின் இணைவின்மை பற்றிய அவரது கருத்தே இதற்கு உதாரணம். சில காலகட்டங்களில் சமூகத்தின் பொது வளர்ச்சியோடு ஒப்பிடும் போது கலை

வெகுவாக வளர்ந்திருப்பதைக் காணலாம்– கிரேக்கர்களையும் ஷேக்ஸ்பியரையும் மார்க்ஸ் இங்கே உதாரணங்களாகக் கொள்கிறார். காவியங்களும் (Epic) பிறவும் அவற்றின் புராணிக வடிவில் இன்று உருவாவது சாத்தியமல்ல. வளர்ச்சியின் ஆரம்பக் காலங்களில் மட்டுமே சாத்தியமாகக் கூடிய இலக்கிய வடிவங்களுள் காவியமும் ஒன்று. கிரேக்கக் கலையின் அடிப்படை கிரேக்கப் புராணிகமே. கிரேக்கக் கற்பனையின் (சிந்தனையின்..... மொ.....ர்) உள்ளோட்டமாக விளங்கும் இயற்கை, சமூக உறவுகள் பற்றிய கண்ணோட்டம் – தானியங்கி இயந்திரங்கள், ரயில்வே, தந்தி ஆகியவற்றின் காலத்தில் சாத்தியமற்றது. ஆகவே கிரேக்கப் புராணிகமும், சாத்திய மற்றது. வங்கிகள், சர்வதேசச் சந்தை, மின்சாரம் ஆகியவை நடைமுறையாக இருக்கும் காலப்பகுதியில் வல்கனுக்கும், ஜூபிடருக்கும், ஹெர்மிஸ்ஸுக்கும் எந்தச் சாத்தியமும் இல்லை. "எல்லாப் புராணிகங்களும் (mythology) இயற்கைச் சக்திகளை, கற்பனைசார்ந்தும், கற்பனையாகவும் அடிமைப்படுத்துகின்றன. ஒழுங்குபடுத்துகின்றன. வடிவமைக்கின்றன. ஆக, இயற்கைச் சக்தி முற்றாக அடிமைப்படுத்தப்பட்டு விடும்போது அவை மறைந்துவிடுகின்றன. மானுடக்கற்பனையின் ஆழ்மனத்தில் கலை சார்ந்த நடவடிக்கைகளால் உருமாறிய இயற்கையும், சமூக வடிவங்களும்தான் கிரேக்க இதிகாசங்களில் உள்ளவை. அவை இல்லாமல் கிரேக்கக் கலை சாத்தியமில்லை. பிற புராணிகங்கள் கிரேக்கக் கலையின் அடிப்படையாக மாறுவதும் இயலாதது. எனினும் ஒரு புராணிகத்தின் கருவிலிருந்தே கிரேக்கக்கலை பிறப்பெடுக்க முடியும்" *[31]*. நீர்மின் திட்டங்களின் காலத்தில் வருணன் மறைந்து போகிறான். நியூட்ரான் வெடிகுண்டு யுகத்தில் இந்திரனின் வஜ்ராயுதம் நிலைநிற்றலை இழக்கிறது. எனவேதான் நமது காலத்தில் புராணிகமும், அதை ஆதாரமாகக் கொண்ட காவியங்களும் சாத்தியமற்றவை ஆகின்றன. அநாமதேயமான புரிந்துகொள்ளப்படாத ஓர் உலகத்தில் இயங்கும் சக்திகளின் உருவகங்களே கடவுளர்கள். இயற்கைச் சக்தியுடன் ஒத்துப்போவதற்காக மனிதன் கண்ட வழியே புராணிகம். இயற்கைச் சக்திகளின் ரகசியங்கள் திரை விலக்கப்பட்ட பிறகு, அவை மனிதவயப்படுத்தப்பட்ட பிறகு, இந்தத் தேவை இல்லாமற் போகிறது. மனித இனத்தின் வாழும்

மரபுகளிலிருந்தே கவிஞர்கள் செயல்பட இயலும். புராணிகம் உயிரற்றுப் போவதுடன், அதிலிருந்து உத்வேகம் பெறுகிற இலக்கிய வடிவங்களும் இயக்கமற்றவை ஆகின்றன.

இலக்கியத்தை இவ்வாறு படைப்புகள், வடிவங்கள், கவிஞர்கள் ஆகிய பார்வைகளிலிருந்து அவதானித்த பிறகு வாசகனின் பார்வைக்கு வருகிறார் மார்க்ஸ். கிரேக்கக்கலையும், காவியங்களும் இன்றும் கலாரீதியிலான மகிழ்வைத் தருவதும் கலையின் உன்னத உதாரணங்களாகவும், வரையறைகளாகவும் பாராட்டப்படுவதும் எதனால்? மார்க்ஸின் அபிப்பிராயத்தில் கிரேக்கக் கலை மனித இன வரலாற்றின் இளமைப் பருவத்தைப் பிரதிநிதித்துவப்படுத்துகிறது. தனி மனிதன் தன்னுடைய இளம் பருவத்தின் மீது கொண்டிருக்கும் வாஞ்சையையே மனிதர்கள் அந்தப் பொற்காலத்தைப் பற்றியும் கொண்டிருக்கிறார்கள். கிரேக்கக் கலைக்குப் பிறப்பளித்த சூழல்கள் இனித் திரும்ப வராது என்பதனால் அது தனித்துவமான, அபூர்வமான பெருமைகளை உள்ளடக்கி தலைமுறைகளைக் கவர்கிறது. கிரேக்கர்கள் 'ஆரோக்கியமான குழந்தை' களாக இருந்ததனால் அவர்களுடைய கலைக்குச் சிறப்புக் கூடியதென்றும் மார்க்ஸ் தொடர்ந்து குறிப்பிடுகிறார். உற்பத்தியின் நோக்கம் மனிதனே என்றிருந்த பழைய சமூக வடிவங்கள், அது பணமாக மாறியிருக்கிற நம்முடைய சமூகத்தை விடவும் மேலானது என்ற எண்ணமே பழைய கலையுடனுள்ள ஈர்ப்புக்குக் காரணம் என்று கருதுகிறார் – அவ்வாறு நாம் எதிர்நோக்கும் ஓர் எதிர்காலம் பற்றிய பார்வையும் அதில் அடங்கியிருக்கிறது. மனித சக்திகளின் மொத்த வளர்ச்சி பற்றிய, முழுமைபற்றிய தோற்றத்தைப் பழைய கலையே நமக்குத் தருகின்றன. இலக்கியத்தை இளமைப்பருவம், வாலிபப்பருவம் என்று காணும் மரபை பிளாட்டோ முதல் அரிஸ்டாட்டில் வரையிலான தத்துவ வாதிகளிடம் காண முடிகிறது. கிரேக்கக் கலையைக் குழந்தைப் பருவமாகக் காணும்போது அதன் நுட்பத்தையும், சிக்கலையும், உருவப் பிரக்ஞையையும், தத்துவ முதிர்ச்சியையும் மார்க்ஸ் புறக்கணிக்கிறார் என்ற குற்றச்சாட்டுக்கு இடமிருக்கிறது. எனினும் எர்னெஸ்ட் ஃபிஷர் கூறுவதுபோல, வளர்ச்சிபெற்று வரும் ஒரு சமூக யுகத்தின் கலையை மனித வரலாற்றின் ஒரு முக்கியக் கட்டமாகக் கருதியது அந்த வரலாற்றுக் கட்டத்துக்குப் பிறகும்.

அதற்குச் செல்வாக்கு இருக்கிறதென்று புரிந்துகொள்ளவும் செய்ததே இந்தக் கண்ணோட்டத்தில் குறிப்பிடத்தக்கது. காலம் நிலைப்படுத்திய கலையிலும் காலம் கடந்த மனித இயல்புகள் இருந்தே வருகின்றன. ஃபிரெடரிக் ஜேம்ஸன் வழங்கிய ஒரு பேட்டியில் இந்தக் கருத்தை விளக்குகிறார் *[32]*. “ஒரு கலைப் படைப்பை உன்னதமாக்குவது, அது உட்கொண்டிருக்கும், தீர்வு காணும் முரண்பாடுகளின் நுட்பமும், பன்முகத் தன்மையுமே ஆகும். பீத்தோவனின் ‘ஒன்பதாவது ஸிம்பனி’ ஒரு சிறப்புச் சூழ்நிலையின் (Situation specific) படைப்பு. ஆனால் ஒரு சந்தர்ப்பத்தில் கவரும் தன்மை கொண்டதாக இருந்த பல இசைப் படைப்புகளும் வழக்கொழிந்து போன பிறகும் இந்த ஸிம்பனி தேவையானதாகவே இருக்கிறது. ஒரு முறை இது தீர்வு காண முயன்ற முரண்பாடுகளுக்கு இன்றைய முரண்பாடுகளுடன் உள்ள ஒற்றுமையே இதற்குக் காரணம். கம்பீரமான பூர்ஷ்வாப் புரட்சியின் தருணம், நமது கற்பனையில் இன்னும் அதற்குள்ள உதாரணத் தன்மையாகும் மதிப்பு, நமது புரட்சிச் சிந்தனையை நிர்ணயிப்பதில் அதற்குள்ள செல்வாக்கு இவையாவும் அதை இன்றின் தொடர்ச்சியாக ஆக்குகின்றன.

ஒரு காலத்தில் கிரேக்க மக்களின் வாழ்க்கையாகவே இந்தக் கிரேக்கப் புராணிகமும், வெளிப்படுத்தப்படாத மனித ஆற்றல்களின் பிம்பங்களாக இருந்த கிரேக்கக் கடவுளரும், அந்தக் கடவுளரை உள்ளடக்கிய பிரம்மாண்டக் கற்பனைகளும், மதத்தின் பகுதியாக மாறியதோடு, சித்தாந்தமாகவும் மாறியது. இந்தச் சித்தாந்தமாதல் அழகையும், ஆன்மாவையும் இழக்கச் செய்தது என்று மார்க்ஸ் கூறுகிறார். ஐரோப்பிய ஆசிய மதங்களுக்கிடையிலான ஒரு வேற்றுமைக் கருத்தாக்கத்தை மார்க்ஸ் விரிவுபடுத்தினார் என்ற அபிப்பிராயம் கொண்ட அறிஞர்களும் உள்ளனர். மெர்ஸியா எலியாதே குறிப்பிடுகிறார்: “ஆசிய – மத்தியத் தரைக்கடல் உலகின் வேற்றுமைக் கருத்தாக்கம் தொடர்பான புராணங்களில் ஒன்றை மார்க்ஸ் விளக்குகிறார். தன்னைத் துன்புறுத்திக் கொள்வதன் மூலம் உலகத்தின் நிலையை மாற்றுவதற்காக நியமிக்கப்பட்ட நீதிமான்களின் பாதுகாப்புரீதியான பங்கு இது (‘தேர்ந்தெடுக்கப்பட்டவன்’, ‘வரம் பெற்றவன்’, ‘பாபமற்றவன்’– நமது காலத்தில் தொழிலாளி வர்க்கம்). உண்மையில் மார்க்ஸின் வர்க்கமற்ற சமுதாயத்தோடும்,

அதைத் தொடர்ந்த முரண்பாடுகள் இல்லாத வாழ்நிலையோடும் நெருங்கி வரும் பழங்கருத்து வரலாற்றின் ஆரம்பத்திலோ அல்லது வரலாற்றின் இறுதியிலோ வெளிப்படுவதாக மரபு குறிப்பிடும் 'பொற்கால'த்தில்தான் காணப்படுகிறது *[33]*. நீதிக்கான அழைப்பு, நடைமுறைச் சமுதாயத்துக்கு எதிரான கடும் விமர்சனம், நன்மை தீமைகளுக்கு இடையிலான போராட்டம் பற்றிய பார்வை, இன்றைய மாதிரியிலான வரலாற்று இயல்புகளின் மொத்தமான முடிவைப் பற்றிய ஈடுபாடு ஆகியவற்றைக் கொண்டவரான மார்க்ஸின் பிற்கால நூல்களில் ஹீப்ரூ மதவியலாளர்களின் மரபை எவரேனும் காண நேர்ந்தால் வியப்பதற்கில்லை. பெரும் புராணிகம் (Classical mythology), கிறிஸ்துவப் புராணிகம் ஆகியவற்றின் காலத்துக்குப்பின் 'மேற்கத்தியப் பிரக்ஞையில் வேரூன்றிய மூன்றாவது முக்கியப் புராணிகம்' என்று ஜார்ஜ் ஸ்டைனர் 'பாபேல் கோபுரம்' (The Tower of Babel) என்ற புத்தகத்தில் மார்க்ஸியத்தைச் சிறப்பிப்பது நினைவுக்கு வருகிறது. புராணிகங்கள் நூற்றாண்டுக் காலங்களாக பல கோடி மனிதர்கள் உருவாக்கியவை. ஆனால், மனித வாழ் நிலையையும், வரலாற்று வளர்ச்சியையும் பற்றிய மார்க்ஸியச் சிந்தனை சில மனிதர்கள் நூற்றாண்டுகளின் முரண்பாடுகளைக் குடைந்து தாமாகவே உருவாக்கியவை என்ற வேறுபாட்டையும் ஸ்டைனர் காண்கிறார். மதிப்பீடுகள், உலகப் பார்வை, அவலங்கள், பலிகள், இதிகாசங்கள், நம்பிக்கை மறுப்பாளர்கள் ஆகியவை அடங்கிய ஒரு கூட்டு நம்பிக்கை என்ற நிலையாலும் மார்க்ஸியத்தால் பெருங்கலைஞர்களைக் கவர முடிகிறது என்றும் ஸ்டைனர் கூறுகிறார். இந்தக் கருத்தை மார்க்ஸ் ஏற்றுக் கொள்வாரா என்பது சந்தேகம். ஏனெனில் மார்க்ஸியத்தின் வரலாற்று ரீதியான வளர்ச்சியையும், வறட்டுத்தத்துவ எதிர்ப்பையும் இந்தக் கருத்துக் கணிப்பில் கொள்வதில்லை.

கலைக்கும் உழைப்புக்கும் இடையிலுள்ள உறவைப்பற்றி 'க்ரண்ட்ரிஸ்' மீண்டும் விவாதிக்கிறது. கூலி வேலையில், 'உழைப்பு தன் கலை இயல்பை இழக்கிறது' என்று மூன்றாவது குறிப்பேட்டில் மார்க்ஸ் அவதானிக்கிறார். சிறப்புக் கொண்ட திறமை அரூபமாகவும் சாதாரணமாகவும் மாறும்போது, உழைப்பு என்பது உருவ அக்கறை இல்லாத வெறும் பௌதிகச் செயலாகிறது. கூலி வேலைக்கும் கலைக்கும் இடையிலுள்ள இந்த அடிப்படையான முரண்பாட்டை மார்க்ஸ் இரண்டாவது அத்தியாயத்தில் ஆய்வு செய்கிறார். உற்பத்தியின் பௌதிக

நிலைகள் மீதான கட்டுப்பாடு உற்பத்தி செய்பவனிடமிருந்து மாற்றப்படும் போது உழைப்பு ஒரு சடங்கை நிறைவேற்றுவதாகவே ஆகிறது. படைப்புத் தன்மை இழந்த வெறும் சடங்காக மாறுகிறது. இந்த அந்நியமாதல் தொழிலாளியின் உழைப்பு, உற்பத்திக் கருவிகள், உற்பத்திப் பொருட்கள், உற்பத்தி இவையனைத்தையும் பாதித்து பௌதிகமான வறுமைக்கும். ஆன்மீக வறுமைக்கும் வழி கோலுகிறது. உழைப்பு அரூபமானதாகவும், அகவயமாகவும் மட்டும் மாறும் போது புறவயமான வளம் (Wealth) முழுவதையும் இழந்து முழு வறுமையாக மாறுகிறது. மத்திய காலக் கைவினைஞர்களின் உழைப்பு படைப்புத்தன்மை கொண்டதாக இருந்தது. பயன்பாட்டு நோக்கிலிருந்து அது விடுபட்டிருக்கவில்லை. ஆயினும் சுதந்திரம் கொண்டதாக இருந்தது. உழைப்பவனின் மனிதத் திறமைகளைப் புறவயப்படுத்தியது. தன்னுடைய செயல்பாட்டுடனும் உற்பத்திகளுடனும் கொள்ளும் மனித அணுகலே உழைப்பைப் படைப்புத் தன்மையும், ஆன்மீகமும் கொண்டதாக ஆக்குகிறது. ஆனால் முதலாளித்துவ உலகில் உழைப்பு யாந்திரீகமானதாகவும், மனிதத்துவ நசிவாகவும் மாறும்போது, கலை மட்டுமே சுதந்திரத்தின் துறையாகவும், படைப்புத்தன்மையின் துறையாகவும் வெளிப்படுகிறது. இதன் காரணமாகவே கான்ட்டும், ஆடம் ஸ்மித்தும் உழைப்பை அடிமைத்தன்மையின் துறை எனவும், கலையைச் சுதந்திரத்தின் துறையாகவும் கண்டார்கள். கலைப்பொருட்களும் விற்பனைச் சரக்காக மாற்றப்பட்டு அடிமைத்தனமாகலாம் என்பதை அவர்கள் சிந்திக்கவில்லை. உண்மையான கலைப்படைப்பு ஒப்பீடற்றது. திரும்பச் செய்ய இயலாதது. சந்தைப் பொருளாக மாறுவதோடு கலை இந்த இயல்பை இழந்துவிடுகிறது. அதனால் தான் மார்க்ஸ் முதலாளித்துவத்தைக் கலையின் எதிரி என்று அறிவித்தார். முதலாளித்துவ உற்பத்தி விதிகள் கலையையும் உழைப்பையும் பிரித்துவிடுகின்றன. கூடவே இரண்டையும் அந்நியப்படுத்தப்பட்ட உழைப்பு என்ற பொருளாதார வடிவத்துக்குச் சுருக்குகிற போக்கையும் வெளிப்படுத்துகிறது.

9

அடிப்படை (Base), மேற்கட்டு (Super Structure) இவை பற்றி மார்க்ஸ் 'ஜெர்மன் சித்தாந்த'த்திலும் 'கம்யூனிஸ்ட் அறிக்கை'யிலும் குறிப்பிடுகிறார். எனினும் இந்தக் கருத்துக்களை 'அரசியல் பொருளாதார விமர்சன'த்தின் *(1859)* முன்னுரை யில்தான் விளக்குகிறார். சமூக உற்பத்தியில் ஈடுபடும் மனிதர்கள் தமது விருப்பத்திலிருந்து சுதந்திரமான சில சிறப்பான உற்பத்தி உறவுகளில் பங்கேற்கிறார்கள். இந்த உற்பத்தி உறவுகள் அவர்களுடைய பௌதிக உற்பத்திச் சக்திகளின் வளர்ச்சியில் ஒரு சிறப்பான நிலையைக் குறிக்கின்றன. இந்த உற்பத்தி உறவுகளின் ஒட்டு மொத்தமே சமூகத்தின் பொருளாதாரக் கட்டுமானம். இந்த உண்மையான அடிப்படையின் மேல்தான், சமூக உணர்வின் சிறப்பு உருவங்களைச் சுட்டும் கட்டம் மற்றும் அரசியல் மேற்கட்டுகள் உயர்கின்றன. பௌதிக வாழ்க்கையின் உற்பத்தி முறையே, வாழ்வின் சமூக–அரசியல்சிந்தனை ஆகிய நடைமுறைகளை நிலைப்படுத்துகிறது. மனிதர்களின் பிரக்ஞை அவர்களின் இருப்பை நிர்ணயிப்பதில்லை. மாறாக அவர்களின் சமூக இருப்பே பிரக்ஞையை நிர்ணயிக்கிறது. உற்பத்தி உறவுகள் தளைகளாக மாறும் போது சமூகப் புரட்சி நிகழ்கிறது. சமூக அடிப்படை மாறும்போது மகத்தான மேற்கட்டு முழுவதும் 'ஒரு வகையான வேகத்தில்' மாறுகிறது. எனினும் பொருளாதார வளர்ச்சியின் விதிகளை, இயற்கை விஞ்ஞானத்தின் கறாராத் தன்மையுடன் நிர்ணயிக்க முடிகிற போது, இவற்றைப் பற்றிய உணர்வுடையவர்களாக மனிதர்கள் மாறுகிற கோட்பாட்டு

வடிவங்களை அவ்வளவு நிச்சயமாகக் கூறிவிட முடியாது என்று மார்க்ஸ் சொல்கிறார். ஒரு காலகட்டத்தை, தன்னைப் பற்றி அது முன்வைக்கும் உணர்வு மூலமல்ல, பௌதிக வாழ்க்கையின் முரண்பாடுகள் மூலமாகவே மதிப்பிட வேண்டும்.

'மேற்கட்டு', 'அடிப்படை' என்ற உருவகங்களின் போதாமையை மார்க்ஸ் ஏறத்தாழ அனுபவித்திருக்க வேண்டும். பல வகைகளில் இக்குறையை நீக்க அவர் முயல்கிறார். 'ஒரு வகையான வேகத்துடன்' மாறுகிறது என்ற பிரயோகத்துக்கு ரேமாண்ட் வில்லியம்ஸ் மிகுந்த முக்கியத்துவம் கற்பிக்கிறார். மனித உணர்வின் களம் என்பதால் மேற்கட்டு சிக்கலானது. பல உருவங்கள் கொண்டது. அது எல்லாச் சமயங்களிலும் பழையவற்றின் எச்சங்களையும், புதியனவற்றுடன் எதிர் வினைகளும் கொண்டிருப்பதன் மூலம் வரலாற்று ரீதியாக இயங்குகிறது. இன்னொரு புறத்தில் இதை மறைத்து வைத்து நிகழ்காலத்தைப் பகுத்தறிவு சார்ந்ததாக ஆக்குவதற்கான முயற்சிகளையும் அது உட்கொள்ளுகிறது. இந்தச் சிக்கல் முழுவதையும் மார்க்ஸ் மேற்சொன்ன பிரயோகத்தில் மறைத்து வைத்திருப்பதாக வில்லியம்ஸ் கூறுகிறார் (35). எவ்வாறு இருப்பினும் "ஜெர்மன் சித்தாந்தத்தில் இந்த இரண்டு கட்டமைப்புகளின் எதிர்வினைகளை உட்கொள்ள இயலாத வகையில் இவற்றின் வெளிப்பாடு அரைகுறையாக இருப்பதைச் சுட்டாமல் முடியாது. ஏங்கெல்ஸ் இறுதிக் காலத்தில் ஜோசப் பிளாக்குக்கும் ஹான்ஸ் ஸ்டார்க்கென்புர்க் குக்கும் எழுதிய கடிதங்களில் இந்த எளிமைப்படுத்தலைத் திருத்த முற்படுகிறார். பல கட்டங்களிலும் 'மேற்கட்டு', 'அடிப்படையின்' உருவாக்கத்தில் முக்கியப் பங்கு வகிக்கிறது என்று ஏங்கெல்ஸ் குறிப்பிடுகிறார். முடிவற்றதும், பொது வானதுமான பொருளாதாரத் தேவையே இந்த நிர்ணயிப்பு என்றே தானும் மார்க்ஸும் உத்தேசித்திருந்ததாகவும், 'மேற்கட்டி'ல், அரசியல், சட்டம், கலை, இலக்கியம், மதம், தத்துவம் முதலிய கூறுகள் தமக்குள்ளாகச் செயல்படுகின்றன என்றும் அவர் விளக்குகிறார். மெஹ்ரிங்குக்கு எழுதிய கடிதமொன்றில் கோட்பாட்டு ரீதியான காரணங்களால் 'மேற்கட்டு', 'அடிப்படை' இவற்றுக்கிடையிலான செயல்பாடுகளை மார்க்ஸ் புறக்கணித்திருக்கலாம் என்று ஏங்கெல்ஸ் சுட்டிக்காட்டுகிறார். ஜெர்மன் கருத்துமுதல்வாதத்தின்

இறுகிய மரபுடன் மோதும் போது சமூக இருப்பின் நிர்ணயிப்புப் பங்கை அழுத்தமாகச் சொல்ல வேண்டியிருந்தது.

ஆனால் மார்க்ஸ் இந்த 'அடிப்படை-மேற்கட்டு' உதாரணத்தை முற்றிலும் கைவிட்டதாகக் காண்பதற்கு 'மூலதனத்தின் முதற்பாகத்தில் அவர் மீண்டும் அதை நியாயப் படுத்துகிறார்- இலக்கியக் கலை பற்றிப் பேசுகிற இடங்களில் பிறகு ஒருபோதும் மார்க்ஸ் - 'மேற்கட்டு' 'அடிப்படை' ஆகிய சொற்களை உபயோகிப்பதில்லை என்பது தவிர. நவீன விமர்சகர்களிடையே இந்தப் போக்கைப் பிடிவாதமாக உயர்த்திக்காட்டுபவர்களும் (உதாரணம்: வால்ட்டர் பெஞ்சமின்) கடுமையாக விமர்சிப்பவர்களும் (உதாரணம்: ஜெ. ப்ளாமெனாட்டஸ்) உள்ளனர். மனிதனின் கலாபூர்வ மான வெற்றிகளுக்கும் பொருளாதார வாழ்க்கைக்கும் இடையிலான உறவை ஆராயும்போது மார்க்ஸ் கலையை ஒரு போதும் தரக்குறைவாகக் காண நினைத்ததில்லை. மாறாக, மகத்தான நிகழ்ச்சிகளுக்கு, சாதாரணமான காரணங்களைக் கண்டடைபவர்களை அவர் எதிர்க்கிறார். கலையின் அகப் பார்வைகள் விஞ்ஞானத்தின் பார்வைகளிலிருந்து வேறுபட்ட தென்றும், அதிகமாக வளைத்துக்கொள்ளக் கூடியது என்றும் கண்டார். கலை முற்றிலும் தன்னிச்சையான துறையல்ல, சமூக - பொருளாதார உலகத்தில் முரண்பாடு - மாற்றங்கள் பற்றி மனிதர்கள் உணர்வுடையவர்களாக ஆவதற்கும், அதை வெளிப்படுத்துவதற்குமான ஒரு வழி என்றும் அவர் கண்டார். 'மேற்கட்டு' பற்றிய மார்க்ஸின் கருத்தையொட்டிய கலை பற்றிய குறிப்புகள் இவை. பூர்ஷ்வா சமூகத்தில் வளர்ந்து வரும் உற்பத்திச் சக்திகள், சமூக உற்பத்தியின் முரண்பாட்டை அகற்றுவதற்கான பௌதிகச் சூழலை உருவாக்கும். அத்துடன் மனிதனின் முந்திய வரலாறு (Pre-History) முடிவடையும் என்று மார்க்ஸ் கூறுகிறார். இந்த முந்திய-வரலாறு முடிவடைவதுடன் ஆடம்ஸ்மித், ரிக்கார்டோ ஆகியோரின் பொருளாதாரக் கொள்கைகள் வலுவிழந்து போவது போல 'மேற்கட்டு - அடிப்படை' உதாரணத்தில் தொனிக்கப்படுகிற கலாச்சாரச் சாய்வும் முடிவடையும் என்று மார்க்ஸ் கருதியிருக்கலாம். எவ்வாறு பார்த்தாலும் கருத்துமுதல்வாதிகளை எதிர்கொள்ள இந்த உதாரணமுறை சில சமயம் பயன்படக் கூடியது. எனினும்

இது நன்மையைவிடத் தீமையையே விளைவித்திருக்கிறது என்று சொல்வதைத் தவிர்த்திருக்க முடியாது. நமது காலத்தில் இந்த உதாரணம் சில சமயங்களில் போதுமானதாக இல்லாமற் போனதின் முக்கியக் காரணம் அடிப்படையின் (Base) நிகழ்வுகளில் நேர்ந்த பெருமளவான கலாச்சாரமயமாதலே என்று ஃபிரெட்ரிக் ஜேம்ஸன் முன் குறிப்பிட்ட உரையாடலில் அபிப்பிராயப்படுகிறார். பிந்திய முதலாளித்துவ (Late Capitalism) யுகத்தில் சொற்கள், செய்திகள், படிமங்கள் ஆகியவற்றில் கொந்தளிப்பே நிகழ்ந்திருக்கிறது. அதன் காரணமாக மரபுசார்ந்த (Classical) விவரணை கொண்ட உதாரணங்களை ஒதுக்க வேண்டும் என்ற எர்னெஸ்ட் மெண்டலின் பார்வை வலுவடைந்திருக்கிறது. முன்பு மூலதனத்தை எதிர்த்து நின்ற இரண்டு முக்கியச் சக்திகள்: மூன்றாம் உலக விவசாயமும், முதல் உலகக் கலாச்சாரப் பிரக்ஞையும். இன்று மூலதனம் இவை இரண்டையுமே அடிமைப்படுத்திவிட்டிருக்கிறது. தொடர்புச் சாதனங்கள், விளம்பரங்கள் முதலியவை மூலம் ஆழ்மனம் வரை மூலதனம் 'காலனியாதிக்கம்' செய்திருக்கிறது. புதிய ஒரு கலாச்சார அரசியல் (Cultural politics) இதிலிருந்து உருவாகிறது: இதனால் கலாச்சாரம் என்பது வெறும் 'மேற்கட்டு' மட்டுமல்ல என்று ஆகிறது.

10

'கிரண்ட்ரிஸ்' நூலைத் தயார் செய்யும்போது தனது பொருளாதாரத்தை ஆறு பாகங்களாகப் பகுக்க மார்க்ஸ் திட்டமிட்டிருந்தார். 'மூலதனம்' இதன் முதல் பாகத்தின் பெயர். இதன் ஆரம்பப் பகுதியாக இருந்த 1859இல் வெளியான அரசியல் பொருளாதார விமர்சனம் (Critique of Political Economy) இரண்டாம் பாகமான 'மூலதனம் பொது' (Capital in General) எழுதி வந்தபோது அச்சில் மூவாயிரம் பக்கங்கள் வரக்கூடிய ஒரு கையெழுத்துப் பிரதியாக ஆனது. அதன் வெளியீடு சாத்தியமற்றது என்பதனால் மார்க்ஸ் நேரடியாக 'மூலதன'த்தை (Capital) எழுதத் தொடங்கினார். மூன்று தொகுதிகள் மூலவடிவில் தயாரானவுடன், முதல் தொகுதியின் இறுதி வடிவத்தைத் தயார் செய்யத் தொடங்கினார். பிந்திய இரண்டு தொகுதிகளின் இறுதி வடிவத்தைத் தயார் செய்யவோ, தொடர்ந்து திட்டமிட்டிருந்த பாகங்களை எழுதவோ அவருக்கு சமயம் வாய்க்காது போயிற்று. இப்போதைய 'மூலதன'த்தின் முதல் தொகுதி மட்டுமே முழுவடிவமானது. கார்ல் கௌட்ஸ்கியும், ஏங்கெல்ஸும் இணைந்து பதிப்பித்த இரண்டாம், மூன்றாம் தொகுதிகள் முழுமையற்றவை. நீளமானவை என்பதால் வெளியிடாமல் ஒதுக்கிய கையெழுத்துப் பிரதிகளை 'மூலதன' த்தின் நான்காம் தொகுதியாக 'உபரி மதிப்பு பற்றிய கோட்பாடுகள்' என்ற தலைப்பில் 1905இல் கௌட்ஸ்கி வெளியிட்டார்.

மார்க்ஸின் செறிவான இந்த நூலை, அவரது ஆரம்பகாலப் படைப்புகளின் மனிதநேயத்துக்கு எதிராக, கிரேக்கர்கள்

கணிதத்தையும், கலிலியோ பௌதிக விஞ்ஞானத்தையும் செய்தது போல வரலாற்றுப் பிரதேசங்களை விஞ்ஞான அறிவின் ஆளுகைக்குக் கொண்டு வருகிறது என்ற அல்தூஸரின் வாதம் ஏற்றுக்கொள்ளக் கூடியதல்ல [37]. ஆரம்ப கால மார்க்ஸுக்காக வாதிடுகிற கிழக்கு ஐரோப்பிய மார்க்ஸியர்களின் நிலைப்பாடும் மத்திய கால மார்க்ஸுக்கான நிலையிருப்பு மேற்கொள்ளும் ஃபிரெடரிக் ஜேம்சனின் நிலைப்பாடும் இதன் மறுபக்கம். அழகியலைப் பொறுத்தவரை, ஆரம்பகால மார்க்ஸுக்கு சிறப்பான முக்கியத்துவம் உண்டு எனினும், மூன்றாகப் பகுக்க இயலாத வகையில் தொடர்ச்சியான, முறையான வளர்ச்சியை அவரிடம் பொதுவாகக் காணமுடிகிறது. 'பாரீஸ் கையெழுத்துப் படிகளை'ப் படித்தறியாமல் 'மூலதன'த்தின் ஆதாரவியல் (Ontological), முக்கியத்துவத்தைப் புரிந்துகொள்ள இயலாது. ஆரம்ப காலப் படைப்புகளை நிராகரிப்பதன் மூலம் அல்தூஸரும் பிறரும், புதியதொரு விஞ்ஞானவாதத்தையும், நேர்க்காட்சிவாதத்தையும் (Positivism) சென்றடைகிறார்கள். எவ்வாறாயினும் – 'மூலதனம்' தொடக்கத்திலிருந்தே மார்க்ஸுக்கு விருப்பமாக இருந்த மையக் கருத்துக்களை வளர்க்கவும். விருப்பத்துக்குரிய இலக்கியப் படைப்புகளை ஆராயவும் வாய்ப்பளித்தது என்பதை மறுக்கவியலாது. 'மூலதன'த்தின் மூன்றாம் தொகுதியில் உழைப்பைப் பற்றிக் குறிப்பிடும்போது, மார்க்ஸ் கலையை விலக்கி வைக்கிறார். 'அது எங்களுடைய மையக்கருத்தின் (Theme) பகுதி அல்ல' என்று எழுதுகிறார். முதல் தொகுதியில் பயன்படுத்த வேண்டாம் என்று மார்க்ஸ், ஒதுக்கிய ஆறாவது அத்தியாயத்தில் கலை – இலக்கியங்களை 'பௌதிக ரீதியிலான உற்பத்தி' என்று சிறப்பிக்கிறார். எனினும் இது விற்பனைப் பொருளை உருவாக்குவதால் ஒரு "மாறும் வடிவம்" (Transitional form). புத்தக வியாபாரியைச் செல்வந்தனாக வைத்திருக்கும் வரை எழுத்தாளன் ஓர் "உற்பத்தித் தொழிலாளி". மனம்சார்ந்த உழைப்பின் உற்பத்திப் பொருட்கள் அவற்றின் உண்மையான மதிப்பை விட எவ்வளவோ குறைந்த விலைக்கு விற்கப்படுகின்றன. முதலாவதாக அதை உற்பத்தி செய்வதற்குத் தேவைப்படும் நேரத்தைக் காட்டிலும் சிறு அளவே அதை மறு உற்பத்தி செய்யத் தேவைப்படுகிறது என்பதே இதன் காரணம், இதுவும் (படைப்பும் – மொ........ர்) ஒரு வகையான

உழைப்பு ('உற்பத்தித் தன்மை' உள்ளதும், 'உற்பத்தித் தன்மை இல்லாததும்') ஆகக்கூடிய சந்தர்ப்பங்களும் உள்ளன. ஐந்து பவுனாக்காக 'இழந்த சொர்க்கம்' (Paradise Lost) எழுதிக்கொடுத்த மில்ட்டன் உற்பத்தித் திறனுள்ள ஒரு தொழிலாளியல்ல. ஆனால் புத்தக வியாபாரிக்காக யாந்திரீகமாக தரக்குறைவான புத்தகங்களை எழுதிக் குவிப்பவன் 'உற்பத்தித் தொழிலாளி' மட்டுமே. 'பட்டுப் புழு எந்தக் காரணத்துக்காகப் பட்டு நூலை உருவாக்குகிறதோ, அதே காரணம்தான் மில்ட்டனை 'இழந்த சொர்க்கம்' எழுதத் தூண்டியது, அது அவருக்கு அதுபோன்ற இயல்பான செயலாக இருந்தது. பிறகு 'உற்பத்தியை' அவர் ஐந்து பவுனுக்கு விற்றார் [39]. ஆனால் லிப்ஸிகின் புத்தக வியாபாரிக்காகப் பாடப்புத்தகங்களையும், கலைக்களஞ்சியங்களையும், துணை நூல்களையும் (கைடுகள்) - பணத்துக்காக எழுதித் தருகிற 'கலாச்சாரத் தொழிலாளி' மூலதனத்தின் கூலியாள் மட்டுமே. அவனுடைய உற்பத்தி ஆரம்பத்திலிருந்தே மூலதனத்துக்கு அடிமைப்பட்டிருக்கிறது. மூலதனத்தைப் பயன்படுத்துவதே அதன் நோக்கம். பாட்டுப்பாடி, கைநீட்டி, அன்பளிப்பு வாங்கும் பாடகி ஓர் 'உற்பத்தித் தொழிலாளி' அல்ல. ஆனால் இசை நிறுவனத்தைச் சேர்ந்த ஒருவன் அவளைப் பாடச் செய்து இலாபம் ஈட்டும்போது, அவளுடைய உழைப்பு 'உற்பத்தி உழைப்பு' ஆகிறது. மகத்தான கலையை 'உற்பத்தித்தன்மையற்றது' எனவும், சிறப்பிக்கும்போது, மனித நடவடிக்கைகள் (Human activities) அனைத்தையும் விற்பனை விலை, இலாப மதிப்பீடுகளுக்குச் சுருக்குகிற பூர்ஷ்வா பொருளாதாரவாதிகளின் பயன்பாட்டுவாதத்துக்கு எதிராக மார்க்ஸ் அறைகூவல் விடுக்கிறார். காரணம், எல்லாச் செயல்களும் செல்வத்தை உற்பத்தி செய்வதற்கானவை என்ற பூர்ஷ்வாச் சிந்தனையே. 'முதலாளித்துவ உற்பத்தி சிலவகைக் கருத்து ரீதியான உற்பத்தியுடன் - உதாரணம்: கலை, கவிதை போன்றவை - பகைமை கொண்டிருக்கிறது' என்று 'உபரி மதிப்பு பற்றிய கோட்பாடுக'ளில் மார்க்ஸ் கூறுகிறார்.

ஐரோப்பிய மறுமலர்ச்சி மரபை எதிர்கொள்ளும்போது அதன் சில புராதனக் கருத்துக்களை மார்க்ஸ் கேலி செய்கிறார். கலை தொடர்ச்சியாக முன்னேறிக்கொண்டிருக்கிறது என்ற நம்பிக்கை ஓர் உதாரணம். "தொழில்நுட்ப அறிவின் முன்

னேற்றத்தோடு கலையிலும் முன்னேற்றம் உருவாகும் என்பது பொய்யான சிந்தனை" என்கிறார். அதனால்தான் வால்டேரின் 'ஹென்ரியாடே' ஹோமரின் 'இலியட்'டை விட மேன்மை யற்றதாக இருக்கிறது.

மில்ட்டன் காலத்திலாவது சரியான கவிதைக்கான உழைப்பு, சந்தை மதிப்புகளிலிருந்து சுதந்திரமானதாகவும், அந்நியப்படாததாகவும் இருந்தது. அவ்வகையான கவிஞர்கள் தமது சாரத்திலிருந்து கவிதை படைக்கிறார்கள். கவிதையை, இலாபம் தரும் சரக்காக மாற்றுகிற வேலையை மற்றவர் களிடம் விட்டுவிடுகிறார்கள். இத்துடன் தொடர்புபடுத்தியே 'மூலதனம்' மூன்றாம் தொகுதியில் மார்க்ஸ் சுதந்திரமான துறைகள் பற்றி ஆய்வு செய்கிறார். தேவையால் நிர்ணயிக்கப்படுகிற உழைப்பும் பௌதிக அவசியங்களும் முடிவுறும் இடத்தில்தான் சுதந்திரத்தின் களம் ஆரம்பமாகிறது. ஆகவே இயல்பான தன்மை காரணமாகவே அது சரியாக பௌதிக உற்பத்தியின் களத்தைக் கடந்து நிற்கிறது. பௌதிகத் தேவைகளின் களம் (Field of physical inevitabilities) மனிதனின் தேவைகள் அதிகரிப்பதைப் பொறுத்து வளர்கிறது. உற்பத்திச் சக்திகளும் அதற்கேற்பப் பெருகுகின்றன. இந்தக் களத்தில் 'சுதந்திரத்துக்கு வரையறுக்கப்பட்ட அர்த்தமே உள்ளது. உற்பத்தியாளரான சமூகம் சார்ந்த மனிதர்கள் இயற்கை மீதான தமது பரிமாற்றங்களை, அறிவு ரீதியாகக் கட்டுப்படுத்தித் தமது பராமரிப்பின் கீழ் கொண்டு வருகிறார்கள். மனித சக்தியைக் குறைவாகச் செலவழித்து, தமது மனித இயற்கைக்கு அதிக இணக்கமாகவும், பயன் தருவதுமான முறையில் அவர்கள் இதை அடைகிறார்கள். இந்தச் 'சுதந்திரம்' தேவையின் களத்தில் இருப்பதுதான். அதைக் கடந்ததே சரியான சுதந்திரக் களம். மனித சக்தியின் வளர்ச்சி ஆரம்பமாகிறது. எனினும் அது தேவையின் எல்லையை அடிப்படையாகக் கொண்டே விரிந்து வளர்ச்சியடைய முடியும். அதன் அடிப்படைச் சூழல், வேலை நாளின் நீளத்தைக் குறைப்பது.' [41]

அந்நியமாதல் பற்றி 'பாரீஸ் கையெழுத்துப் படி'களில் வெளிப்படுத்திய விளக்கத்தின் முழுமையாக்கம் இது. அந்நிய மாதலை எவ்வாறு அடிமைப்படுத்துவது என்பதைக் குறித்த கனவு. மனிதன் உழைப்பைப் புறக்கணிக்க இயலாது. எனினும் பொருளாதார அநீதியிலிருந்தும், விற்பனைச்

சரக்குகளின் ஆராதனையிலிருந்தும், கருமித்தனத்திலிருந்தும் விடுபட்ட ஒரு புதிய நெறிக்கும், மனித சாத்தியப்பாடுகளின் முழுமையான வளர்ச்சிக்குமான ஓர் அழைப்பு நவீன சமூகம் அத்தகையை வளர்ச்சிக்குத் தேவையான வளங்களையும், சாத்தியப்பாடுகளையும் படைத்தாயிற்று என்று மார்க்ஸ் கருதுகிறார். ஆனால் அந்த வளர்ச்சியை வலுவடையைச் செய்வதற்குப் பதிலாகத் தளர்வடையைச் செய்யவே அவை (முன்சொன்ன வளங்களும், சாத்தியப்பாடுகளும் – மொ.ர்) உபயோகிக்கப்படுகின்றன. தொட்டதையெல்லாம் விற்பனைச் சரக்காக மாற்றுவதன் மூலம் இயற்கையோடும் கலையோடு முள்ள மனித எதிர்வினைகளைச் சுரண்டல் சமூகம் அலங்கோலமாக்கியது. ஆனால் கலை, தனது நிலை நிற்பின் விஷேசத் தன்மை மூலம் இந்தச் சிலையாக்கத்தை எதிர்க்கிறது. உண்மைக் கலைஞர்களால், நவீன சுழலில் கூட ஆளும் வர்க் கத்தின் கொத்தடிமைகளாக மாறாமல் இருக்க முடியும். கைவினைஞர்கள் பற்றி 'அது இப்போதும் பாதிக் கலை. அதன் நோக்கம் அதிலேயே அடங்கியிருக்கிறது' என்கிறார் மார்க்ஸ். கலை இலக்கியங்கள் சுதந்திரமாகப் படைக்கவும், அனுபவிக் கவுமான மனிதனின் திறமைக்குக் குறியீடாக இன்றும் நிலவி வருகின்றன. 'அரசியல் பொருளாதார விமர்சன'த்தில் இலக்கியத்தையும், சித்தாந்தத்தையும் பார்க்கப் பயன்படுத்திய பார்வையை 'உபரி மதிப்பு பற்றிய கோட்பாடுக'ளில்

மார்க்ஸ் மேற்கொள்வதில்லை. இங்கே பழைய நிலைப்பாட்டின் தெளிவின்மையைத் திருத்திக்கொண்டு வர்க்கக் கோட்பாடடையும் – கருத்து உற்பத்தியையும் – வேறுபடுத்திக் காண்கிறார். ஓர் எதிரிடையான சமூகத்திலும் கலை சார்பியல் சுதந்திரம் கொண்டிருக்கிறது. பௌதிகமான 'அடிப்படை' பற்றிய எளிய கருத்தாக்கங்களை மார்க்ஸ் புறக்கணிக்கிறார். பௌதிக ரீதியான உற்பத்திக்கும், கருத்து ரீதியான உற்பத்திக்கும் இடையிலுள்ள எதிர் வினைகளை 'உபரி மதிப்பு பற்றிய கோட்பாடுகள்' விரிவாகப் பேசுகின்றன. ஒரே பொருளாதார அடிப்படைக்குள்ளேயே அனுபவச் சூழ்நிலைகள், இயற்கை நிலைகள், இனம் சார்ந்த அம்சங்கள், வரலாற்று ரீதியான புறப்பாதிப்புகள் ஆகியவை மூலம் அநேக தளங்களும் வேறுபாடுகளும் உருவாகக்கூடும் என்றும், சூழ்நிலைகள்

பற்றிய விளக்கமான ஆய்வு மூலமே இது தெளிவாகும் என்றும் மார்க்ஸ் காண்கிறார். உண்மை சமீபத்தில் புலப்படும் அனுபவங்களைக் காட்டிலும் எத்தனையோ ஆழத்தில் இருக்கிறது என்ற நம்பிக்கை, முதிர்ச்சியடைய அடைய மார்க்ஸிடம் உறுதிப்பட்டு வந்தது. பெரும் கலைஞர்கள் அக அறிவு மூலமாகவும், சித்தாந்த தத்துவவாதிகள் ஆராய்ச்சி மூலமும் உண்மையை அகழ்ந்தெடுக்கிறார்கள். இங்கே கலிலியோ மற்றும் கற்பனாவாதிகளின் நிலைப்பாட்டை மார்க்ஸ் நெருங்கிவருவதாக ப்ராவேர் அபிப்பிராயப்படுகிறார். பெரும் எழுத்தாளர்கள் தமது பிரக்ஞைபூர்வமான அணுகுமுறைகளைக் கடந்து செல்லக்கூடும் என்பதற்கு மார்க்ஸ் பால்ஸாக்கை உதாரணம் காட்டுகிறார். குறிப்பாக, இறுதி நாவலான 'விவசாயிக'ளில் (The Peasants) சிறு விவசாயிகள் உழைப்புக்கு மதிப்பில்லை என்று கருதி, தமக்குக் கடன் கொடுக்கிற கருமிகளான வட்டிக்கடைக்காரர்களுக்காக நடத்துகிற சேவைகள் பற்றி பால்ஸாக் தெளிவாக விவரிக்கிறார். "வட்டிக்கடைக்காரர்களோ ஒரே கல்லில் இரண்டு பறவைகளை வீழ்த்துகிறார்கள். அவர்கள் கூலிச் செலவை மிச்சப் படுத்துகிறார்கள். சொந்த வயலில் வேலை செய்ய முடியாமற் போவதால், சரிவு நோக்கி இழுத்துச் செல்லப்படும் விவசாயியை இனிமேல் தப்பவே முடியாத வகையில் கடன் என்ற சிலந்தி வலையில் சிக்கிக்கொள்ளச் செய்கிறார்கள்" [42]. தன்னுடைய கண்டுபிடிப்புகளுக்கு இவ்வாறு ஒரு பெரும் நாவலாசிரியனிடமிருந்து ஆதாரம் கிடைப்பது மார்க்ஸை வெளிப்படையாகவே மகிழ்ச்சியுறச் செய்கிறது. இந்த அகப் பார்வைகளை முன்னிறுத்தி நுகர் பொருள்வாதத்தை (Consumerism) உற்சாகப்படுத்துகிற பால்–ஸிகோக் என்ற ஜனரஞ்சக நாவலாசிரியனை வகையாக நையாண்டி செய்யவும் மார்க்ஸ் மறப்பதில்லை.

மார்க்ஸ் இறுதி வடிவம் கொடுத்து வெளியிட்ட 'மூலதனம்' முதல் தொகுதி, இலக்கியத்தின் தீர்க்கதரிசனமான, அறிவார்ந்த அம்சங்கள் பற்றி மேலும் குறிப்பிடுகிறது. உதாரணங்கள், மாதிரிகள் (Types), பிற்கால மனித வளர்ச்சி யின் அறிகுறிகள் இவற்றுக்காக மார்க்ஸ் இலக்கியத்துக்குத் திரும்புகிறார். தாந்தேயின் 'நரக'த்தில் (Inferno&Divine comedy) இடம் பெறும் நரக வர்ணனை விக்டோரியன் காலத்தைச் சேர்ந்த தீப்பெட்டித்

தொழிற்சாலைகளுக்குப் பொருந்தும் என்றும், ஷேக்ஸ்பியர் கதாபாத்திரமான டோக்பெரி, பத்தொன்பதாம் நூற்றாண்டுப் பொருளாதாரப் பேராசிரியர்களை ஞாபகப்படுத்துகிறது என்றும், ஹோமரின் ஒடிஸிஸ் பாதாள உலகப் பயணத்தில் கண்ட துன்புறும் இறந்த ஆவிகளைத் தனது காலத்துத் தொழிலாளர்களுடன் ஒப்பிடலாம் என்றும் மார்க்ஸ் கூறுவது கவனத்திற்குரியது. இடையர் பாடல், கிராமியக் கவிதைகள் ஆகியவற்றுடன் தனக்குள்ள மாற்றுக் கருத்தை (உடன்பாடான கருத்தை – மொ.ர்) கெஸ்னர், ஓவர்பாஹ் முதலிய எழுத்தாளர்களை மேற்கோள் காட்டி மீண்டும் வெளிப்படுத்துகிறார். மனித உழைப்பு பற்றிய வளர்ச்சியடைந்த மார்க்ஸியக் கருத்தின் பின்னணியிலேயே 'மூலதன'த்தில் நிறைந்து காணப்படும் உலக இலக்கியம் பற்றிய குறிப்புகளை மதிப்பிட வேண்டும். உழைப்பை, குறிப்பாக அது மனிதனுக்கே உரியதாகும் வடிவங்களில் முன்பே கண்டோம். சிலந்தி, நெசவாளிக்கு இணையாகவும், தேனீ மரத்தச்சனுக்கு இணையாகவும் நடவடிக்கைகளில் ஈடுபடுகின்றன. 'ஆனால் மிக மோசமான மரத்தச்சனை மிகவும் நல்ல தேனீயிலிருந்து பிரிப்பது இதுதான். மரத்தச்சன் மெழுகில் வார்ப்பதற்கு முன்பே கூட்டைத் தன்னுடைய மூளையில் உருவாக்கிவிடுகிறான். உழைப்புச் செயலின் இறுதி விளைவு, முன்னதாகவே, தொடக்கத்திலேயே உழைப்பவனின் கற்பனையில் ஓர் இலட்சியமாக நிலைபெறுகிறது. இந்தச் செயல் உடலுறுப்புகளுக்கு அப்பால் வேறொன்றையும் கோருகிறது. செயல்பாட்டின் போது உழைப்பவனின் ஆசை அவனுடைய நோக்கத்துடன் ஒன்றுபட்டிருக்க வேண்டும். இது நுட்பமான அக்கறையின் வடிவத்தில் வெளிப்படுகிறது. தன்னுடைய உழைப்பின் உள்ளடக்கத்திலும், அதை மேற்கொள்ளும் முறையில் அடங்கியுள்ள மகிழ்ச்சி எவ்வளவு குறைவாக இயங்கச் செய்கிறதோ அந்த அளவுக்கே அவன் அதில் கவனம் செலுத்துகிறான். ஏனெனில் தன்னுடைய உடல்–மனம் சார்ந்த திறன்களின் வெளிப்பாட்டைக் கோருகிற ஒன்று என்ற நிலையில் அவ்வளவு குறைவாகவே அவன் அனுபவிக்கிறான்" *[43]*. பெரும் இலக்கியப் படைப்பின் உருவாக்கமும் ரசனையும் அதற்கான நேரம், வாய்த்த, அதிர்ஷ்டசாலிகளை, மிருகங்களிலிருந்து மிக உயர்ந்த விதத்தில்,

தமது மனம்சார்ந்த திறன்களின் விந்தைகளைக் கண்டு மகிழ உதவுகிறது. இந்த மகத்தான மனித நிறைவு, பிறரைப் போலவே பத்தொன்பதாம் நூற்றாண்டு பாக்டரிக் தொழிலாளிகளுக்கும் மறுக்கப்பட்டிருந்தது.

கலைக்கும் முதலாளித்துவத்துக்கும் இடையிலான முரண்பாட்டைப் பற்றிய மார்க்ஸியக் கோட்பாடு, படைப்புச் சுதந்திரத்தை தூலமாகப் புரிந்துகொள்ள நமக்கு உதவுகிறது. கலைஞனின் சுதந்திரம் பிற எந்தச் சுதந்திரத்தைப் போலவும் தேவையுடன் முரண்பாட்டு ரீதியில் ஒருமை கொண்ட ஒன்று. மாறாக, கருத்து முதல்வாதிகள் அரூபமாகக் கருதுவது போன்று, முற்றிலும் சுதந்திரமான, சமூகத்திலிருந்து விடுபட்ட ஒன்றல்ல. கலைஞன் எவ்வளவு தூரம் படைப்பு ஆளுமை கொண்டிருப்பினும், அந்த ஆளுமை அவனுடைய சமூக இருப்பின் ஆளுமை என்பதனால், அவன் வாழும் சமூகமும், கலாச்சாரமும், கோட்பாடும் அவனைப் பாதிக்கின்றன. பல சந்தர்ப்பங்களிலும் பலவீனமான சார்புகளை மறைப்பதற்காகக் கருத்து முதல்வாதிகள் உயர்த்திப் பிடிக்கும் முற்றான சுதந்திர மல்ல கலைஞனின் சுதந்திரம். அது மனிதர்களுக்கிடையில் மனிதன் கொள்ளும் வரையறுக்கப்பட்ட சுதந்திரம், சமூக, ஆன்மீக, கோட்பாட்டு ரீதியான நெறிப்படுத்தல் (Conditioning), உண்மையுடன் கலைஞன் கொள்ளும் உறவின் தளம், முறை, தனது மூலப் பொருட்களின் மீதும், சாதனத்தின் (Medium) மீதும், அவன் செலுத்தும் ஆதிக்கத்தின் வகை, தேசீய ரீதியான, கலாரீதியான மரபுகள் – இவ்வாறு வெவ்வேறு வடிவங்களில் இந்த வரையறைகள் வெளிப்படுகின்றன. இந்த நிலையிருப்பைக் கடக்கக் கலைஞனால் எவ்வளவு முடிகிறதோ, அந்த அளவு தன் ஆளுமையை நிறுவுகிறான். (உதாரணமாக, வழங்கப்பட்ட உண்மையின் அழகியல் ரீதியான உருமாற்றம், வர்க்க ரீதியாகவும், வரலாற்று ரீதியாகவும், தேசீய ரீதியாகவும் நெறிப்படுத்துதலிலிருந்து சர்வதேசீயத்துவமும், சர்வகாலத் தன்மையும் கொண்ட சில மனிதத் தளங்களை நோக்கிய பயணம்), கலைஞனின் சுதந்திரம் முன்கூட்டி வழங்கப்பட்ட ஒன்றல்ல. தேவைகளை வசப்படுத்தி அடைய வேண்டிய ஒன்று. இந்தத் தேவைகள் படைப்புச் சுதந்திரத்துக்கு எதிராகச் செயல்படுவதில்லை எனவும், தேவைகளைப் புரிந்து

கொண்டும், அவற்றை வசப்படுத்தியும்தான் தனது ஆளுமையை நிறுவி படைப்புச் சுதந்திரத்தை ஸ்தூலமாக வெளிப்படுத்த முடியும் என்பதே இதன் சாரம். அவ்வகையில் மகத்தான கலைப்படைப்புகள் யாவும் மனிதரின் படைப்புச் சுதந்திரத்தின் ஸ்தூலமான, உண்மையான, வெளிப்பாடுகளாகின்றன. பெற்ற ஒரு பொருளைப் புதிதான, மனிதத்துவமான ஒன்றாக மாற்றுவதே கலைப்படைப்பு. அதில் அறிபொருள் தன்னை அகவயப்படுத்திக் கொண்டே (Subjectification) தன்னை அறிந்துகொள்கிறது. புறவயமாக்கலும், தொடர்புபடுத்தலுமே படைப்பாளனின் அவசியங்கள். அவற்றை அடைவதற்காக அவன் தனது படைப் பாற்றலைச் செயல்படுத்த வேண்டும். தனக்கும் பிறருக்குமாக நிலை பெறுகிற ஒரு பொருளைப் படைக்க வேண்டும். கலைஞன் தன்னுடைய அகத்தேவைகளுக்கேற்பவே படைக்கிறான் என்பதனால், பிழைப்பு நோக்கத்துடன் உருவாக்கப்படும் கலை புறத் தேவையை மட்டும் நிறைவு செய்து கலை அல்லாததாகிறது. கலைஞன் இன்னொருவனுக்காக – சந்தைக்காக உருவாக்கும் போது அவனுக்கும் பதிப்பாளனுக்கும் இடையிலுள்ள! உறவு, தொழிலாளி – முதலாளி உறவாக மாறுகிறது. சந்தையின் வாணிகத் தேவைகளும், ரசனைகளும், விதிகளுமே அவனை ஆளுகின்றன. தனது சிறப்பான படைப்பு ஆளுமையை அவன் அடகு வைக்கிறான். உழைப்பு சுயத்துவமற்ற சடங்காக மாறுகிறது. முதலாளித்துவ பௌதிக உற்பத்தி விதிகள் கலையைப் பாதிக்கும் போது கலை விற்பனைச் சரக்காகவும், கலைஞன் கூலியாளாகவும் ஆகிறான்.

கலையுடன் முதலாளித்துவத்துக்குள்ள இரண்டு முரண்பாடுகளை மார்க்ஸ் சுட்டிக்காட்டுகிறார். முதலாளித்துவப் பொருளாதார நிலையின் இயல்பிலிருந்து தோன்றுவது ஒன்று. கலையின் படைப்புத் தன்மையைப் பாதிப்பது மற்றது. அதே சமயம், முதலாளித்துவத்தின் கீழ் கலையின் வளர்ச்சி தடைப்படுவதுமில்லை. உன்னதங்களை அடைந்திருக்கின்றன என்று மார்க்ஸ் கண்டார். பத்தொன்பதாம் நூற்றாண்டிலும் அதற்கு முன்னும் பெரும் கலைஞர்கள் உருவானார்கள் – ஸெர்வான்டிஸ் பால்ஸாக், மாப்பஸான், பீத்தோவன், ப்ராம்ஸ். (நமது நூற்றாண்டிலும் இந்தத் தொடர் முடிவுறுவதில்லை. திரைப்படம் போன்ற புதிய கலைகள் முதலாளித்துவத் தொழில்

நுட்பத்தின் விளைவாக உருவானவையே). அவ்வாறு கூறும் போது மார்க்ஸ் குறிப்பிடுவது எல்லாக் கலைகளையும் பற்றி யல்ல. முதலாளித்துவ பௌதிக உற்பத்தி விதிகளால் ஆட்சி செய்யப்படும் 'ஜனரஞ்சக'க் கலையைப் பற்றியே என்பது வெளிப்படை. பொருளாதார வளர்ச்சி பெறாத முதலாளித்துவ நாடுகளில் கலைஞர்கள் கலை சார்ந்த நடவடிக்கைகள் மூலம் மட்டுமே வாழ முடிவதில்லை. அவர்களுடைய உற்பத்தி சந்தைக்கானது அல்ல என்பதே அதன் காரணம். பொருளா தார வளர்ச்சி பெற்ற முதலாளித்துவ நாடுகளிலும் அநேக எழுத்தாளர்களும், கலைஞர்களும் கலையைப் பிழைப்பு முறையாகக் கொண்டிருப்பினும் அமெச்சூர் எழுத்தாளர்களும், சுதந்திரக் குழுக்களும் நிலவுகின்றன. பௌதிக உற்பத்தி முதலாளித்துவ வடிவம் பெறும் தோறும் கல்வி, கலை, விஞ் ஞானம் அதே வடிவத்தை வழங்க அது (முதலாளித்துவம் – மொ.ர்) முயல்கிறது. எனினும் உண்மையான கலை இதை எதிர்க்கும் போராட்டத்தில் ஈடுபட்டிருக்கும். (ஒப்பீட்டு நோக்கில் சில தேர்ந்த ரசிகர்களைக் கொண்டு மட்டும் திருப்தியடைகிற கவிதை, நாடகம் போன்றவை, பிற கலைகளை விடத் தீவிரமாக முதலாளித்துவத்தை எதிர்க்கின்றன. எனினும் திரைப்படம் போன்ற அதிக மூலதனமும், பயன்பாட்டுத் தன்மையும், விநியோக மையங்களும் தேவைப்படுகிற கலைகளில்கூட, கணிசமான கலைஞர்கள் படைப்புத் தன்மையை உயர்த்திப் பிடிக்கிறார்கள். திரைப்படத் துறை யில் அவாந்த் – கார்த் (சுதந்திர) கலைஞர்கள் மட்டுமே விதி விலக்குகள். பெரும்பாலும் ஹாலிவுட் சினிமாத் தொழிலின் தொண்ணூற்றைந்து சதவீதத்தையும் கட்டுப்படுத்துகிற எட்டுப் பெரும் நிறுவனங்களின் தொடர்பில்லாத கலைஞர்கள் மட்டுமே இவ்வாறு 'ஷெனர்' (Genere) திரைப்படங்களிலிருந்து விடுபட்டிருக்கிறார்கள்). ஹாலிவுட் பாணி திரைப்படங்களும், பாப் சங்கீதமும், ரொமான்ஸ் நாவல்களும் முதலாளித்துவம் உருவாக்கிய கலைகளே. ரசனையாளனை நுகர்வோனாக மாற்றுவதும், மனிதர்களைத் தனிமனிதர்களாக உயர்த்தாமல் கும்பலாக நிறுத்தி அத்துடன் ஒன்றுபடத் தூண்டுவதும், உண்மையான மனித உலகின் காட்சியை அசாத்தியமாக்குவதும், தன்னுடைய அந்நியமாதலைப் புரிந்துகொண்டு அதற்கு

எதிராகப் போராடும் வாய்ப்பைச் சாதாரண மனிதனுக்கு மறுப்பதுவும் முதலாளித்துவக் கலையின் வர்க்க ரீதியான நோக்கங்கள்.

மார்க்ஸ் கற்பனை செய்யும் எதிர்காலத்தில் எல்லா மகத்தான கலைகளுக்கும் இடமுண்டு. முழுமையான ஒரு மனிதனின் தோற்றமே அவருடைய இலட்சியம். "பகுதியான தனிநபரின் இடத்தில், பகுதியான சமூகக் கடமை நிறை வேற்றும் நபரின் இடத்தில் முழு வளர்ச்சியடைந்த, வெவ்வேறு சமூகக் கடமைகளை ஒன்றன் பின் ஒன்றாக நிறைவேற்றுகிற ஒரு நபரை நிறுவுவது என்பது... ஒரு ஜீவ மரணப் பிரச்சனையாக மாறுகிறது" [44]. இந்தக் கனவை உண்மையாக மாற்றுவதற்கு இலக்கியத்தைவிட வலுவான ஆயுதங்கள் தேவைப்படும் என்று மார்க்ஸ் அறிந்திருந்தார். எனினும் பழையதன் குறைகளைச் சுட்டிக்காட்டி, வரவிருக்கும், முழு இருப்பின் முன் தோற்றங்களை வழங்கி மனிதர்களை நுட்பமான வழிகளில் சமூக மாற்றத்துக்குத் தகுதியானவர்களாக்க இலக்கியத்தால் முடியும் என்று அவர் நம்பினார்.

தொகுப்புரை:

ஓர் இயங்கியல் விமர்சனத்திற்காக

நமது தேடலின் முடிவுகளைச் சுருக்கமாகவும், சில நிகழ்கால அழகியல் பிரச்சனைகளில் அவற்றுக்குள்ள தொடர்பைக் குறித்தும் இனிக் காண்போம்.

1. அறிபவனுக்கும் (subject) அறிபொருளுக்கும் (object) இடையில் நிகழும் சிறப்பான உறவு மூலம், அறிபவன் மூலப் பொருட்களுக்கு, கற்பனை சார்ந்த ஓர் உருவம் கொடுத்து மாற்றும்போது ஒரு புதிய பொருள், அழகியல் பொருள் உருவாகிறது. இதன் மூலம் மனிதச் செல்வம் முழுவதும் புறவயமாக்கப்படுகிறது. இந்த அழகியல் உறவு சமூக இயல்பு கொண்டது. உழைப்பின் மூலம் இயற்கையை மனித வயப்படுத்துகிற, மனித உழைப்பைப் புறவயப்படுத்துகிற செயல்மூலம் இந்த உறவு வளர்ச்சியடைகிறது. அவ்வாறு அழகுக்கு வரலாற்றுத் தன்மை வாய்கிறது.

2. உண்மையில், மனித உழைப்பின் உன்னத வடிவமான கலையில்தான் அழகியல் வெளிப்பாடு உச்சத்தை அடைகிறது. கலை, ஸ்தூலமான, வெளிப்படையான, அனுபவித்து அறியத்தக்க ஒரு பொருளில், தனது சாரத்தின் ஆற்றல்களை வெளிப்படுத்தும் கலைஞனின் அக வேட்கையை நிறைவு செய்கிறது. உழைப்பு உற்பத்திகளின் குறுகிய பௌதிகப் பயன்பாட்டிலிருந்து விடுபட்டு, புறவயத்தன்மை கொண்ட, மனித இருப்பின் வெளிப்பாட்டின் பரந்த தளத்திற்குக் கலை உயர்கிறது. பிற உழைப்பு உற்பத்திகளில்

அரைகுறையாக வெளிப்படும் மனிதத்துவம் கலையில் முழு வெளிப்பாட்டைக் காண்கிறது. பாயர்பாக் கலை பற்றிய விவாதத்தை சிந்தனையிலிருந்து தொடங்கும் போது மார்க்ஸ் செயல்பாட்டிலிருந்து தொடங்குகிறார். கலை, சுயவெளிப்பாட்டுத் திறன் கொண்ட, மகிழ்ச்சி பொருந்திய, படைப்புத்தன்மை வாய்ந்த செயல்பாடு, எல்லா உழைப்பும் கலையைப் போலவே படைப்புத்தன்மை கொண்டதாக மாற வேண்டும் என்றும், முதலாளித்துவத்தில் 'கடனைச் செய்தல்' என்பதாகக் கீழிறங்கிய உழைப்பு பழைய கைவிலைஞர்கள் காலத்திய மகிழ்வை மறுபடியும் பெற வேண்டும் என்றும் மார்க்ஸ் விரும்பினார். உழைப்பு, இழந்து விட்டிருக்கிற ஆன்மீக நிறைவின் உண்மையான களமாக மார்க்ஸ் கலையைக் கண்டார். அழகின் விதிகளுக்கேற்பப் படைப்பதனால், பழக்கம் காரணமாகப் பௌதிகத் தேவையை நிறைவேற்றப் படைப்பை மேற்கொள்ளும் விலங்குகளிலிருந்து மனிதன் வேறுபடுகிறான். காஜோபெட்ரோவிக்கின் சொற்களில், மனிதன் தனது உலகத் தையும், தன்னையும் படைக்கிற, மாற்றுகிற ஒரு பிரபஞ்சப் படைப்பின், ஆன்மீகப் படைப்பின் நடவடிக்கையாக மார்க்ஸ் இலக்கியத்தைக் காண்கிறார் *[45]*.

3. கலையின் நோக்கத்தை மார்க்ஸ் அதற்கு வெளியில் தேடுவதில்லை. கலைப்படைப்பு பட்டுப்பூச்சி பட்டு நூலை உருவாக்குவது போன்ற ஒரு செயல் என்றும், புற நிர்ப்பந்தங் களைவிட அகத்தூண்டுதலை உறுதிப்படுத்தியும், கலையை விற்பனைச் சரக்காக மாற்ற முயலும் பூர்ஷ்வாவுக்கு எதிராகக் கலையின் தனித்துவத்தை உயர்த்தும் போதும், மார்க்ஸ் கலையின் பயன்பாட்டுத் தன்மையை விட ஆன்மீகக் கடமையையே முக்கியமானதாகக் கருதுகிறார். தூய கலைவாதிகள் கலையின் ஆழ்மனப் பிரக்ஞையை ஒருதலைப் பட்சமாக வலியுறுத்துகிறார்கள். தெய்வீகமான உத்வேகம் என்று நம்புகிறார்கள்; அழகை அனுபவிப்பவனின் படைப்பாகக் காண்கிறார்கள்; கலையின் சமூக, வரலாற்றுத் தன்மைகளைப் புறக்கணிக்கிறார்கள். ஆனால் மார்க்ஸ் கலை அழகைக் கலைப்பொருளுக்கும், அதை எதிர்கொள்பவனுக்கும் (ரசிகன், வாசகன் முதலியவர்கள் – மொ.ர்) இடையிலுள்ள எதிர்வினையின் படைப்பாகக் காண்கிறார். தனி மனிதன்

கலையைப் படைக்கிறான். எனினும் இந்தத் தனி மனிதன் சமூகம் சார்ந்தவன். அதனால் கலையும் சமூகம் சார்ந்தது. எனவே வரலாற்றுத்தன்மை வாய்ந்தது.

4. பௌதிகப் பயன்பாட்டிலிருந்து விடுபட்டு மனித இருப்பின் பிரகடனமாக மாறும்போதே, கலை சரியான மனிதத்துவம் பெறுகிறது என்று மார்க்ஸ் நம்பியிருந்தார். எனவே 'கலை ஒரு கருவி' என்ற குறுகிய வாதத்திற்கு எதிராக இருந்தார் அவர், கலையைக் 'கருவி'யாக மாற்றுவது முதலாளித்துவ மரபு. கலையைத் தன்வெளிப்பாடாக –ஆன்ம வெளிப்பாடாக–மாற்றுவதே மார்க்ஸியத்தின் நோக்கம், வெளிப்படையான பிரசாரத்துக்கு மார்க்ஸ் முற்றிலும் எதிராக இருந்தார். கலைஞன் தீர்வுகளைச் சொல்ல வேண்டும் என்று அவரோ ஏங்கெல்ஸோ ஒருபோதும் எதிர்பார்க்கவில்லை. துரதிர்ஷ்டவசமாக, தொடக்க கால சமூக–அழகியல்வாதிகள் இதைச் சரியாகப் புரிந்துகொள்ளாமற் போனார்கள். கலைக்குச் சமூக–வர்க்க அக்கறைகளுடனுள்ள உறவைச் சுட்டிக்காட்டிய பிரான்சைச் சேர்ந்த பால் லாபாஃர்க், கலை, உண்மையை வெளிப்படுத்தும் மரபின் மேன்மையை அறியாமற் போனார். ஜெர்மனியைச் சேர்ந்த ஃபிரான்ஸ் மெஹரிங் தூய கலை பற்றிய போலித்தனங்களை எதிர்த்துக் கலையை 'மேற்கட்'டில் நிறுவினார். கூடவே கலையை 'சுதந்திரமாக்குவதற்காகக் கான்டின் (Kant) உருவவாதத்துடன் கூட்டுச் சேர்ந்தார். உள்ளடக்கத்தையும் உருவத்தையும் வெட்டிப் பிரிப்பதன் மூலம் சமூக ரீதியிலான ஒரு நிர்ணயவாதத்துக்கும் (Determinism) கான்டிய உருவவாதத்துக்கும் (Formalism) இடையில் அகப் பட்டுக்கொண்டார். ரஷ்யாவில் ஜி.வி. ப்ளாக்கனோவ் [46]. புராதன கலைபற்றிய கவனமான ஆய்வுகள் மூலம் கலைக்கும் சமூக வாழ்க்கைக்கும், இடையிலான உறவை சமூகவியல் நோக்கில் விளக்குகிறார். ஆனால் மார்க்ஸியத்தை ஏங்கெல்ஸ் வழியாகப் புரிந்துகொண்டிருந்த காரணத்தால் அழகியல் உணர்வை உயிரியல் ரீதியாக மட்டுமே கண்டார். கலையின் சார்பியல் ரீதியான (Relative freedom) தனித்துவத்தைக் காணாமற்போனார். கலையை வாழ்க்கையின் யாந்திரீகப் பிரதிபலிப்பாகக் கருதும் ஒருவகைப் பயன்பாட்டு வாதத்துக்குப் போய்ச் சேர்ந்தார். மார்க்ஸிய அழகியலைப் பல மலையாள விமர்சகர்களும்

(தமிழ் விமர்சகர்களும் – மொ.ர்) புரிந்து கொண்டது போல, கலையின் சமூகவியலாகச் சுருக்குவதில் ப்ளாக்கனோவ் வகித்த பங்கு அதிகம். டால்ஸ்டாய் பற்றிய ஆய்வுகளில் மார்க்ஸின் அகப்பார்வைகள் லெனின் திறமையாகப் பயன்படுத்துகிறார். ஆனால் தன்னுடைய 'கட்சி அமைப்பும் கட்சி இலக்கியமும்' என்ற நூலில், இலக்கியத்தின் பக்கச்சார்பு பற்றிய ஏங்கெல்ஸின் பார்வையை 'இலக்கியத்துக்குக் கட்சி மனப்பான்மை (party spirit) இருக்க வேண்டும்' என்ற வடிவில் அவர் வெளிப்படுத்தியது அநேகமான தவறான விமர்சனங்களுக்கு இடம் கொடுத்தது, இதில் சொல்லப்படும் 'இலக்கியம்' இலக்கியம் என்ற நுண்கலை அல்ல என்று க்ருப்ஸ்கயாவின் கடிதம் வெளிப்படுத்துகிறது. இது பிரச்சனையை இன்னும் சிக்கலானதாக்குகிறது. இரண்டு வகை இலக்கியங்கள் பற்றிய இந்தக் கருத்து மார்க்ஸின் கருத்துடன் பொருந்துவதல்ல. தன்னால் தீர்வு காண முடியாத ஒரு முரண்பாட்டை, செயற்கையாகத் தீர்த்துக்கொள்வதற்கான முயற்சியாகவே இதைக் கருத முடியும். ரேமாண்ட் வில்லியம்ஸ், ஜான்பெர்கர் ஆகியோரும் குறுகிய காலப் பயனளிப்பவை, நீண்டகாலத் தேவை உள்ளவை என்று இரண்டு வகைக் கலைகளைப் பற்றிக் கூறுகிறார்கள். இவை அழகியலில் பிரச்சார ரீதியான கலைக்கும் ஓர் இடம் பெறுவதற்காகச் செயல்படும் வீண் முயற்சிகள். எனினும் பிற்காலத்தில் ஸ்டாலினும், ஷ்டாமனாவும் செய்தது போல இலக்கிய வடிவங்களுக்குக் கடிவாளமிடவோ, யந்திரத் தனமாக அணுகவோ, பெரும்பான்மைக்கு ஏற்ப விஷயங்களைத் தீர்மானிக்கவோ லெனின் ஒருபோதும் முற்படவில்லை. லெனினும் லூனாசார்ஸ்கியும் கலை–இலக்கியங்களில் பல வகைகளின் தேவையை உறுதிப்படுத்தவே செய்கிறார்கள். இந்த அணுகுமுறை மூலம் புரட்சியைத் தொடர்ந்த வருடங்களில் ரஷ்யக் கலையில் ஒரு புது வசந்தம் தொடங்கியது. அழகியல் பற்றி ஆரோக்கியமான விவாதங்கள் நடைபெற்றன. மிகயீல் லிப்ஷித்ஸ் இவ்விவாதங்களைத் தொகுத்திருக்கிறார். 'உண்மையை வெளிப்படுத்துவதில் மரபும், நடையும், சகல விதமான வெளிப்பாட்டுச் "சுதந்திரமும் முக்கியப் பங்கு வகிக்கின்றன" என்று லூனாசார்ஸ்கி *[47]* விவாதித்தார். ஆனால், பிற ரஷ்ய விமர்சகர்கள் பெரும்பாலானோரும்

லெனினின் கலை பற்றிய 'பிரதிபலிப்புக் கோட்பாட்டை'யே யாந்திரீகமாக விரிவுபடுத்தினார்கள். சோஷலிச எதார்த்த வாதம் நிறுவனத்தன்மை பெற்ற போது வெளிப்பாட்டுச் சுதந்திரத்துக்கு விலங்காக மாறியது. கலைஞர்களுக்குக் கணிசமான உத்தரவுகளும், மாதிரிகளும் வழங்கப்பட்டன. தனிநபர் வழிபாட்டு வருடங்களில் வறட்டு வாதமும், பிளவுபடுத்தலும் அழகியலை அடிமைப்படுத்தின. லெனின் 'உழைக்கும் வர்க்கத்தின் கலை' (Proletarian Art) என்ற வறட்டு வாதத்தை ஒதுக்கினார். ஆனால் ஸ்டாலினும் ஷ்டானோவும் [48] 'உழைக்கும் வர்க்கத்தின் கலை' என்ற பெயரில் கட்சி பற்றிய, தலைவர்கள் பற்றிய துதிப்பாடல்களை எழுத எழுத்தாளர்களை நிர்ப்பந்தம் செய்தனர். செயற்கையான வீரவழிபாடும், போலியான நம்பிக்கை வாதமும் இலக்கியத்தை உண்மையற்றதாக்கின. கலை, ஆட்சி பீடத்தின் பிரச்சாரக் கருவியாக்கப்பட்டதோடு அநேகக் கலைஞர்கள் வதைக்கப்பட்டார்கள்; சிலர் நாட்டை விட்டு வெளியேறினார்கள், பிற்காலத்தில் சீனாவில் மாசேதுங்கும் தனது ஏனான் சொற்பொழிவில் கலைபற்றி கட்டுப்பாடான (normative) பயன்பாட்டுத்தன்மை கொண்ட கருவி என்ற நோக்கிலான நிலைப்பாட்டையே மேற்கொண்டிருந்தார். ஸ்டாலினைப் பற்றிய மாவோவின் மதிப்பீட்டுடன் ஒத்துப் போகும் அணுகு முறையே இது. "நூறு பூக்கள் மலரட்டும்" என்ற அவருடைய பிரகடனம் அமல்படுத்தப்பட்டதாக, ஒரு சான்றும் புரட்சிக்குப் பிந்திய, 'ஒற்றைப் பரிமாணமுள்ள, மேம்போக்கான சீன இலக்கியத்தில் காணக்கிடைப்பதில்லை. 'சோஷலிச எதார்த்தவாதம்' என்ற பெயரில் ஆட்சி பீடத்தின் திட்டங்கள் பற்றிய பிரச்சாரம், கட்சி மேலாதிக்கவாதிகளின் மீது புகழ்ச்சிகள், கொடூரமான இல்லாமைகளின் போலி இலட்சியவாதம் - இவையே மாவோ காலத்திய 'சைனீஸ் லிட்டரேச்சர்' இதழ்கள் முன் வைக்கும் போக்குகள். ஓவியக் கலை மரபு வழிப்பட்ட இயற்கைக் காட்சிகளிலோ, அரசியல் தலைவர்களின் பிரம்மாண்ட உருவப் படங்களிலோ ஒடுங்கி நிற்பதைக் காணலாம். கலாச்சாரப் புரட்சியின் காலத்திய கலைப்பார்வை ஷ்டானோவின் பார்வையிலிருந்து சற்றும் மாறுபட்டதல்ல. உபகரணவாதம் (கலையைக் கருவியாகப் பயன்படுத்துதல் - மொ.ர்) அதன் பழைய எதேச்சதிகாரத்தை

எட்டியது. ஏராளமான எழுத்தாளர்கள் மௌனமாக்கப் பட்டனர். பலர் சிறையில் தள்ளப்பட்டனர். ஏராளமானவர்கள் அழிக்கப்பட்டனர். மாவோயிசம் 'நால்வ'ரின் (The Gang of Four) கையில் புதிய ஸ்டாலினிசமாக (Neo Stalinism) மாறியது. தூயகலை வாதத்தைவிட, மார்க்ஸிய அழகியலின் புத்தி பிசகிய இந்த விஷயங்கள் கலையின் சாரத்திற்கு ஆபத்தானவை. ரஷ்ய – சீன புரட்சி பற்றிய மொத்தமான ஒரு விமர்சனத்தையே (critique) இவற்றின் – ஆய்விலிருந்து நாம் தொடங்கலாம். கிரிஸ்டோபர் காட்வெல் போன்ற முப்பதுகளின் விமர்சகர்களிடம் கருத்து முதல்வாதமும், பயன்பாட்டுவாதமும் ஒன்றுக்கொன்று இணையாமல் நிலவின *[49]*. கவிதை, மனிதப் பழக்கங்களைப் பொதுவான சமூகத் தேவைகளுக்காகத் திருப்பி விடுகிறது என்று அறுவடைப்பாட்டை மேற்கோள் காட்டி விளக்கும் போது காட்வெல் பயன்பாட்டுவாதி. நமது ஆன்மாவை பிரபஞ்சம் நோக்கிக் கொண்டு சென்று அதைப் போதுமளவு மாற்றும் மந்திர விளக்கே கலை என்கிறபோது அவர் கற்பனாவாதி–ஷெல்லியின் ஆத்மாவும், ஷ்டானேோவின் ஆத்மாவும் ஒன்றாக இணைந்தது போல. கலைக்கும் உண்மைக்கும் இடையிலுள்ள இயங்கியல் உறவை அவர் காணவேயில்லை. அதே சமயம் காட்வெல் தொடங்கி வைத்த இன்னொரு பெரும் முயற்சி ஆதரிக்கக் கூடியது. ஃப்ராய்டிய உளவியலை மார்க்ஸிய சமூகவியலுக்குள் பொருத்தும் முயற்சியே அது. அவர் அதில் வெற்றியடைந்ததாகக் கூற இயலாது எனினும் ஒரு காலகட்டத்தில் இங்கிலாந்தில் தோன்றிய மறுமலர்ச்சிக்கு–ஆடன், ஸ்டீஃபன் ஸ்பெண்டர், சித்தாந்த வாதியான டேலூயிஸ்–உதவியது. தத்துவ முரண்பாடுகள் இந்த எழுத்தாளர்களை மறுபக்கத்திற்கு இட்டுச்சென்றன. எனினும் காட்வெல்லைப் போல இலக்கியத்தைச் சமூக உற்பத்திச் சக்தியின் வெளிப்பாடாகக் காண்பவர்களாக இந்த எழுத்தாளர்களை ஏற்றுக்கொண்டே ஜார்ஜ் தாம்ஸன், ஆலிக் வெஸ்ட் *[50]* முதலியவர்கள் விமர்சனத்தைத் தொடங்குகிறார்கள். இந்த 'சக்தி' வாசகர்களிடமும் பரவி அவர்களிடமும் கலை இத்தகைய 'சக்தி'யை உருவாக்குகிறது என்று அவர்கள் கூறுகிறார்கள். 'சக்தி' என்ற சொல்லே தொலைவானதாகவே இங்கே பயன்படுத்தப்படுகிறது.

‘உபகரணவாத’ மும் [பயன்பாட்டுவாதம்] கற்பனாவாதக் கருத்து முதல்வாதமும் ஒரே தவறின் இரன்டு பக்கங்கள்.

5. கலையை ஒரு – அறிவுவடிவமாகவே மார்க்ஸ் கருதுகிறார். சார்லஸ் டிக்கன்சின் நாவல்கள் எந்த ஆங்கில சமூக, பொருளாதார, வரலாற்று நிபுணனையும் விடச் சிறப்பாக அக்காலத்திய எதார்த்தத்தை வெளிப்படுத்துகிறது என்று அவர் கூறுவது கவனத்துக்குரியது. ஒவ்வொரு காலகட்டத்தின் வாழ்க்கை நிலைகளையும், சமூக உறவுகளையும், சிந்தனை – உணர்வுகளையும் புரிந்துகொள்வதற்காக மார்க்ஸ் மீண்டும் மீண்டும் இலக்கியத்தையே அணுகுகிறார். டால்ஸ்டாயின் ‘ஆன்மீகவாதம்’ ரஷ்யப் புரட்சியின் சில முக்கிய இயல்புகளை வெளிப்படுத்த அவருக்குத் தடையாக இருக்கவில்லை என்று கருதுகிற லெனினும், பால்சாக்கின் ‘ஹ்யூமன் காமெடி’ அவருடைய ராஜபக்தியைக் கடந்து சிதிலமடைந்து வரும் பிரபுத்துவ வர்க்கத்தைச் சித்தரிக்கிறது என்று கருதுகிற ஏங்கல்ஸும் இலக்கியத்தின் அறிவு மதிப்பை ஏற்றுக்கொள்கிறார்கள். வெறும் கோட்பாடு ரீதியில் கலையை அணுகுவதை மறுப்பதற்காகப் பல நவீன மார்க்ஸிய விமர்சகர்களும் கலையை ஓர் அறிவு வடிவமாக வெளிப்படுத்துகிறார்கள். ஆனால் அறிவுவாத ரீதியிலான ஒரு தத்துவ வகையை (an epistimological category) ஓர் அழகியல் வகையுடன் (an aesthetical category) யாந்திரீகமாக மாற்றுவதல்ல கலையின் மரபு என்பதையும் குறிப்பிட வேண்டும். ஒரு மரத்தைப் பற்றிய ஓவியத்திலோ அல்லது கவிதையிலோ வெளிப்படுத்தப்படுவது தாவரவியலாளனின் மரமல்ல; மனித வயப்படுத்தப்பட்ட மரம், விஞ்ஞானமும் தத்துவமும் கருது கோள்களின் (concepts) மூலம் உண்மையைப் பிரதிபலிக்கும் போது கலை, படிமங்கள் (Images) மூலமாக அதைச் செய்கிறது என்பது பழைய சிந்தனை, கலையின் மையத்தை (Theme) மதத்தின் மையமாகவும், தத்துவச் சிந்தனையின் மையமாகவும் ஹெகல் கண்டார். கலை கருத்தின் (Idea) உணர்வு சார்ந்த வெளிப்பாடு என்றும், தத்துவச் சிந்தனையில் ‘கருத்து’ கருது கோள்களாகப் பரிசுத்த நிலையில் வெளிப்படுகிறது என்றும் ஹெகல் வாதித்தார், கலையும் விஞ்ஞானமும் உண்மையை அறிவதற்கான இரண்டு வழிகள் என்றும், அவற்றின் வடிவங்கள் வேறுபட்டதென்றாலும் நோக்கமும், உள்ளடக்கமும் ஒன்றே

என்றும் விவாதிக்கிற மார்க்ஸியச் சிந்தனையாளர்கள் உள்ளனர். ஆனால் 'படிமங்களின் மூலம் சித்தரிக்கும்' ஓர் அறிவு வடிவமாக மட்டும் கலையைக் காண்பது கூடாது. தனக்குள் தொலைவானதோ வேறுபட்டதோ ஆன ஒரு எதார்த்தத்தை – உண்மையை – பிரதிபலிக்க விநோதக்கற்பனை (Fantasy), குறியீடு (symbol), உபதேசக் கதை (parable) போன்றவற்றைப் பயன்படுத்துவதே சிறந்தது என்று காஃப்காவை. உதாரணமாகக் கொண்டு எர்னெஸ்ட் ஃபிஷர் வாதிக்கிறார். உருவத்தில் மட்டுமே வித்தியாசம் என்றால் சமூகப்பிரக்ஞையின் புறவடிவங்களுடன் கலைக்குள்ள வேறுபாடு புறத்தில் மட்டுமே காணப்படுவது. அவ்வாறானால் கலைக்கு விசேஷமான ஒரு மையம் உண்டு – மனிதன், மனித வாழ்க்கை. கவிதையின் புறமையம் (external theme) கடலோ, மரமோ, நட்சத்திரமோ, எதுவோ ஆகட்டும். இவற்றுடனான மனிதனின் உறவுகளும், மனிதவயப்பட்ட வடிவங்களுமே, கலையின் அகமையம். கவிஞர்கள் எதைப்பற்றி எழுதினாலும் 'மனிதக்கதை' படைப்பவர்களே. புறவய சாரத்தில் உண்மையைப் பற்றிய அறிவை விஞ்ஞானம் வழங்குகிறது. அதனுடன் மனிதனுக்குள்ள உறவைப்பற்றிய உணர்வறிவைக் கலை வழங்குகிறது. விஞ்ஞானம் மரத்தைப்பற்றிச் சொல்லுகிறது. அதன் உயிரியல் ரீதியான கடமை, வடிவம் இவைபற்றி. கலை மனிதனின் மரத்தைப் பற்றிச் சொல்லுகிறது. மனிதனைப் பற்றிப் பேசும் போதும் நிலை வேறல்ல. தாஸ்தயவஸ்கி உளவியல் சிக்கல்களைத் திரும்பத் திரும்பக் கூறுவதையோ, பால்ஸாக் 'மூலதன த்'தின் கருத்துக்களை விளக்குவதையோ செய்வதில்லை கலை, மனித உறவுகளைக் காண்பது அதன் சாதாரணத் தன்மையில் அல்ல; அவற்றின் பிரத்தியேகத் தன்மையில்தான். சாதாரணமும் பிரத்தியேகமும் இணையும் சிறப்பான விதத்தில் ஸ்தூலமான மனிதர்களையும், மனிதச்சூழ் நிலைகளையும் பற்றியே கலை பேசுகிறது. தனக்கு முன் வழங்கப்பட்டிருக்கும் ஸ்தூல எதார்த்தத்தைக் கலைஞன் காண்கிறான். ஆனால் அவன் அதை வெறும் மறுஉற்பத்தி செய்வதில்லை; நகலெடுப்பதில்லை. அதிலிருந்து அனைத்தையும் தழுவிய ஒரு தளத்துக்கு உயர்ந்து மீண்டும் ஸ்தூல எதார்த்தத்துக்குத் திரும்புகிறான். இந்தப் புதிய கலாரீதியான பண்பு வெறும் நகலெடுப்பல்ல படைப்பு. கலை புற உண்மையின் பிரதிபிம்பமல்ல, ஒரு புதிய உண்மையின்

படைப்பு. கலாரீதியான அறிவும் இவ்வாறு ஒரு புதிய உண்மையின் மூலம் கிடைப்பதே. ஆகவே கலை எவ்வளவு தூரம் படைப்பாக ஆகிறதோ அதே அளவு அறிவும் ஆகிறது. அப்போதுதான் அதனால் உண்மையைப் போற்றவும் மனித நிலையின் சாரத்தை வெளிப்படுத்தவும் முடியும்,

6. இலக்கியத்தின் அறிவு மதிப்பை மார்க்ஸ் ஏற்றுக் கொண்டிருந்தார். எனினும் இலக்கியத்தை நுட்பமும், கருத்து ரீதியுமான 'உள்ளடக்கம்' கொண்டோ, ஒழுக்கம் பற்றிய மேற்கோள்கள் கொண்டோ அளக்கும் மரபை அவர் வெறுத்தார். எந்த ஒரு தத்துவச் சிந்தனையின் திட்டத்துக்கும் இயலாத வகையில் இலக்கியம் முழுமனிதனிடம் விண்ணப்பம் செய்கிறது. படைப்புத் திறனும், சிந்தனையும், தார்மீக அகப் பார்வையும் ஒருங்கிணையும் போதுதான் மகத்தான இலக்கியம் உருவாகிறது. இத்தகைய இலக்கியத்தை அதிகாரபூர்வமானது (Authorised) தகுதியானது (Competent) என்று அவர் அழைத்தார். மாறாக, வெறும் அங்கீகரிக்கப்பட்ட கருத்துக்களை அணிவகுத்து நிறுத்துகிற வெறும் உருவம் பற்றிய கருத்துக்களைக் கட்டி நிமிர்த்துகிற இலக்கியத்தை அதிகாரபூர்வமற்றது (Unauthorised), தகுதியற்றது (Incompetent) என்றும் குறிப்பிட்டார். இலக்கிய உருவத்தின் முக்கியத்துவத்தையும் அவர் நன்கு புரிந்து கொண்டிருந்தார். உருவம், அதன் உள்ளடக்கத்தின் உருவமாக இருக்க வேண்டும் என்று சொன்னார். உருவ, உள்ளடக்கங்கள் கலைப்படைப்பில் வேறுபட்டு நிற்பதே இல்லை. அவை குறிப்பிட்ட உள்ளடக்கமும், குறிப்பிட்ட உருவமும் கொண்டிருக்கும் உறவைப் புரிந்துகொள்வதற்காக நாம் பயன்படுத்தும் இயங்கியல் கருத்துக்கள். அவை ஆய்வுக்கான கருவிகள் மட்டுமே. மாறாக அவற்றை ஒன்றுக்கொன்று தொலைவில் நிறுத்தி அழகியலை உருவாக்குகின்றன – 'உள்ளடக்க'த்தை முதன்மையாகக் கருதும் யாந்திரீகப் பொருள் முதல்வாதமும் (Mechanical materialism) 'உருவ'த்தை முதன்மையாகக் கருதும் உருவவாதமும் (Formalism) இரண்டும் அறைகுறையானவை; அபத்தமானவை.

7. இலக்கியம் 'தெய்வீக உத்வேக'த்தின் விளைவல்ல. புலன்களைக் கடந்த பிரதேசங்களல்ல அதன் விஷயம். அது உலகியல் சார்ந்த ஒரு படைப்பு. கடவுளர்களையும், தேவதைகளையும், சொர்க்க நரகங்கள் பற்றி தாந்தேயும்,

மில்ட்டனும் செய்தது போலப் பேசினாலும் அது பூமியிலுள்ள மனிதச் சூழ்நிலையின் நுட்பமான, இணையான தொகுப்பாகவே இருக்கக் கூடும். அதைப் படைப்பவர்களும் அனுபவிப்பவர்களும் சமூக வரலாற்று நிலைகளைச் சார்ந்தவர்கள்; ஆயினும் அவர்கள் தனித்துவமான சுதந்திரத்தை அனுபவிக்கிறார்கள். இலக்கியம் பற்றிய தனி மனிதமல்லாத மற்றும் தனி மனிதவாதக் கோட்பாடுகளிலும் மார்க்ஸ் நம்பிக்கை கொண்டிருக்கவில்லை. தனிமனிதனின் படைப்பாக இருக்கும் போதே அது அனைத்தையும் தழுவிய பிரதிநிதித்துவ இயல்பு கொண்டது – திரும்பச் சொல்லப்படுகிற மனிதச் சூழல்களும், நிரந்தர உள்ளடக்கங்களும், உண்மைகளும் அதில் தெளிவுபட்டு நிற்கின்றன.

8. இலக்கியவாதிகள் வர்க்கங்களுடன் வெவ்வேறு வழிகளில் உறவு கொண்டிருக்கிறார்கள். அவர்கள் ஊசலாடும் உதிரி வர்க்க அறிவுஜீவிகளாக (Lumpen intellectuals) இருக்கலாம். ஆளும் வர்கத்தின் அதிகாரக்கும்பலின் கூலியாட்களாக இருக்கலாம். அறிந்தோ, அறியாமலோ அந்த வர்க்கத்தின் கருத்துக்களை, அக்கறைகளை உலகக் கண்ணோட்டத்தை, சொந்த உருவங்களை, போலித்தனமான குழப்பம், பயம், வெறுப்புகளை அவர்கள் வெளிப்படுத்தக்கூடும். பிறப்பாலும் வாழ்க்கையாலும் தம்மை உட்கொண்டிருக்கும் வர்க்கத்திலிருந்து பிரக்ஞைபூர்வமாக விடுபட்டு இன்னொரு வர்க்கத்தின் கண்ணோட்டத்தை ஏற்றுக்கொள்ளலாம். உணர்வுபூர்வமாக ஒரு வர்க்கத்துடன் ஒன்றுபடும் போதே உண்மையை நேர்மையாக வெளிப்படுத்துவதன் மூலம் பிரக்ஞைபூர்வமாக எழுத்தாளன் அந்த வர்க்கத்துக்கு எதிராக நிலைபாட்டை மேற்கொள்ளவும் படைப்புகள் படைப்பாளியின் நம்பிக்கைகளுக்கு எதிரானதாக மாறவும் நேரலாம். பெரும் எழுத்தாளர்கள் இவ்வாறு வர்க்க வரையறைகளைப் பெருமளவுக்குத் தகர்த்து உண்மையைக் கண்டவர்கள். அவ்வாறு மகத்தான இலக்கியம் வர்க்க சமுதாயத்தில் கூட, ஒப்பீட்டு நோக்கில் அந்நியப்படுத்தப்படாத உழைப்பின், சுதந்திரத்தின் களமாக நிலைபெறுகிறது. வர்க்கங்களைக் கடந்த மனிதனின் மனிதாபமான ஒளி. இந்தத் தனித்துவமான சுதந்திரத்தின் மூலம், முதலாளித்துவத்தின் அதீதக் கவர்ச்சியால் சிறிய எழுத்தாளர்கள் வாழ்வதற்காக எழுத

நிர்ப்பந்திக்கப்படும் போது, படைப்புத்திறன் வாய்ந்தவர்கள் எழுதுவதற்காக வாழவும், பட்டினியையும், நாடு கடத்தலையும் தாங்கிக்கொண்டு கவர்ச்சிகளை 'வெற்றி' கொள்கிறார்கள்.

9, ஆனால் படைப்புத் தருணத்திற்குப் பிறகு இலக்கியம் ஒரு புத்தகமாக, நாடகமாக மாறும்போது அது சமூகத்தின் உற்பத்தி–நுகர்வு முறைகளால் கட்டுப்படுத்தப்படுகிற ஒரு விற்பனைச் சரக்கும் ஆகிறது. இது அதன் உள்ளடக்கத்தை நேரடியாகப் பாதிப்பதில்லை. எனினும் அதற்கு மற்றொரு 'உபயோகம்' ஏற்படுகிறது. பூர்ஷ்வாக் கல்விமுறையில் பாடப்புத்தகமாக்கப்படுகிற புரட்சிகரப் படைப்புகளுக்கு மதிப்பீட்டிழப்பு நேர்கிறது. அந்தப் படைப்பை 'சாது'வாக ஆக்குவதன் மூலம், அங்கீகரிப்பதன் மூலம் அதன் கூர்மையை மழுக்கிவிட முடியும் என்று மேல்வர்க்கம் கணக்குப் போடுகிறது. நீக்ரோ இலக்கியமும் அமெரிக்கப் பல்கலைக்கழகங்களில் சிறப்புப் பாடமாக மாறியிருக்கிறது. நவீன புரட்சி இலக்கியமும் உலகெங்கும் பாடப்புத்தகங்களாகி இருக்கின்றன. இந்த உட்கொள்ளல் ஒரு பக்கம் மக்களின் பொது அறிவில் போராட்டச் சிந்தனைகள் நுழையத் தூண்டுதல் ஆகலாம்; இன்னொரு பக்கம் இந்த உட்கொள்ளல் மூலமே அதன் போராட்டக் குணங்கள் மங்கிப் போகவும் செய்கின்றன. வெளியீட்டுத் துறையும் இவ்வாறு முதலாளித்துவப் பொருளாதார விதிகளுக்கு அடிமைப்பட்டிருக்கிறது. வெளியீட்டாளன் பணம் கொடுத்து, அச்சிட்டு, விளம்பரப்படுத்தி, வெளிச்சந்தையில் விற்று, புத்தகத்தை இலாபம் ஈட்டும் ஒரு பொருளாக மாற்றுகிறான். இதனாலேயே தங்களுக்கு இணக்கமான கருத்துக்களைப் பிரச்சாரம் செய்கிற ஒரு சிறிய எழுத்தாளனை, வெளியீட்டாளர்களும் சாதனங்களும் ஜனரஞ்சக – இலக்கியக்காரனாக மாற்றவும் கூடும் – 'பெஸ்ட்செல்லர்'களின் கதை பெரும்பாலும் இதுதான். எழுத்தாளனின் இந்த அடிமைப்படுதலைப் பற்றி மார்க்ஸ், பல படைப்புகளிலும், பல்வேறு அணுகுமுறைகளை மேற்கொள்கிறார். சில இடங்களில் இதன் பொருளாதார அம்சத்துக்கு அதிக அழுத்தம் கொடுக்கிறார் அது வால்ட்டர் பெஞ்சமின் சொல்வது போல, விவாத மதிப்புக்காக, (combat value) ஜெர்மன் கருத்து முதல்வாதிகளைக் கோபமூட்ட, எதிர்க்க.

10–அ. 'அடிப்படை'– 'மேற்கட்டு' என்ற உருவமுன் மாதிரியை மார்க்ஸ் மேற்கொண்ட உருவகச் சோதனையாகவே கருத வேண்டும். இலக்கியம் குறித்து இந்த முன்மாதிரியை ஒருபோதும் கறாராகவோ, யாந்திரீகமாகவோ அவர் பின் பற்றுவதில்லை. புதிய சமூக அனுபவங்களும், தேவைகளும் ஒரு படைப்பில் வாசகன்–அனுபவிப்பவன் – காணத்தவறிய புதிய அர்த்தங்களை, புதிய பரிமாணங்களைக் கொடுக்கக்கூடும் என்றும், மனித இனத்தின் கதையில் ஒரு சிறப்பான தருணம் என்ற நிலையில் அது எதிர்காலத் தலைமுறைகளை ஈர்க்கவும் கூடும் என்றும் கண்டார். மனிதனின் சமூக–பொருளாதார முன்னேற்றத்தையும் இலக்கிய வளர்ச்சியையும் அவர் யாந்திரீகமாகத் தொடர்புபடுத்தவில்லை. கிரேக்கப் பெருங் காவியங்களை மார்க்ஸ் ஒப்பற்ற இலக்கிய மாதிரிகளாகப் பயன்படுத்துவதே உதாரணம். சில இலக்கிய வடிவங்கள் சில குறிப்பிட்ட காலப்பகுதியில் மட்டுமே உருவாகும் என்பதையும் இது தெளிவுபடுத்துகிறது. பொருளாதார – கலாச்சாரத் துறைகளின் சமமல்லாத வளர்ச்சி பற்றிய இந்தக் கோட்பாடு இறுகிய 'முற்போக்கு வாதத்'திலிருந்து மார்க்ஸைக் காப்பாற்றியது. கலை மேன்மையையும், சமூக சமத்துவத்தையும் தவறாகப் புரிந்து கொள்ளாத காரணத்தினால், கிரேக்க அடிமை சமூகத்திலும், ஐரோப்பிய மத்திய கால முடியாட்சியின் கீழிருந்த கிறித்துவ சமூகத்திலும், பத்தொன்பதாம் நூற்றாண்டின் முதலாளித்துவ சமூகத்திலும் தோன்றிய இலக்கியப் படைப்புகளின் அடிப்படை மேன்மையை மார்க்ஸால் புரிந்துகொள்ள முடிந்தது.

10–ஆ. ஆனால் ஜார்ஜ் விக்நீயின் *(51)* சொற்களில், "தத்துவச் சிந்தனையும் விஞ்ஞானமும் நிலைப்படுத்தி மாற்றிய உலகில் கலையின் முடிவைப் பற்றி ஹெகல் கொண்டிருந்த 'நிராசை உணர்வு' மார்க்ஸைப் பாதிக்கவில்லை. ஒவ்வொரு சமூக மாற்றமும் புதிய கலைக்கான சாத்தியப்பாடுகளை உருவாக்கும் என்றும், மனிதர்கள் விடுதலை பெற்றவர்களாக ஆவதுடன், அன்றாடம் வாழ்க்கைப் போராட்டங்களால் இறுகிப் போன அவர்களுடைய கலையுணர்வுகள் மறுபடியும் தளிர்க்கும் என்றும், குடிமைச் சமூக முரண்பாட்டின் வெளிப்பாடான அரசியல் அதிகாரம் வேரறுந்து போவதுடன்–கம்யூனிச சமூதாயத்தில் உன்னதமான, பிரக்ஞையுள்ள, நவீன இலக்கியம்

வளர்ந்து வரும் என்றும் அவர் நம்பினார். தொழில்நுட்ப வளர்ச்சி அதிகமான ஓய்வு நேரத்தை அளிக்கும். போக்குவரத்து, தொடர்புச் சாதனங்கள் சர்வதேசக் கருத்துப் பரிமாற்றத்தைத் துரிதமாக்கும். அத்துடன் எப்போதையும்விட மகத்தான ஓர் உலக இலக்கியத்தின் சாத்தியம் புலப்படும். தனது காலத்திலேயே இதற்குத் தொடக்கம் குறிக்கப்பட்டிருக்கிறது என்று மார்க்ஸ் கருதினார்,

10–இ. அப்போது, சமூக ரீதியான வீழ்ச்சி நிலைகள் கலையிலும் வீழ்ச்சி நிலைகளாக இருக்கும் என்ற கோட்பாடு மார்க்ஸியத்துக்கு எதிரானது. ஷ்டானோவ் போன்ற மேம்போக்கான அறிவுஜீவிகள் நசிவடையும் சமூகம் உருவாக்குகிற கலையும் நசிவுத்தன்மை கொண்டதாக இருக்கும் என்று வாதித்தனர். மலையாளத்திலும் பல கொச்சை மார்க்ஸியச் சிந்தனையாளர்களும் இந்த நசிவுக் (decadence) கோட்பாட்டை உயரப்பிடித்து நவீன இலக்கியத்தை எதிர்க்கிறார்கள். இந்தக் கோட்பாடு சரியானது என்று ஒப்புக்கொண்டால் சோபாக்ளிஸ், தாந்தே, கதே, ஹெய்னே போன்றோரை விரும்பிய மார்க்ஸ் தவறு செய்திருக்க வேண்டும். இவர்கள் அனைவரும் நசிந்துகொண்டிருக்கும் ஆளும் வர்க்கங்களிலிருந்து வந்தவர்கள்; அதன் வீழ்ச்சிக் காலங்களில் வெளிப்பட்டவர்கள். ஆனால் ஜாய்ஸ், காஃப்கா, புரூஸ்ட், பெக்கட், இலியட், யோனஸ்கோ, பின்டர் முதலிய நவீன இலக்கியவாதிகளையும், மத்தீஸ், செஸான், வான்கோ, காகின், ஷகால், கான்ட்டின்ஸ்கி முதலிய நவீன ஓவியர்களை யும், ஹென்றி மூர், பார்பாரா ஹெப்வர்ஃப், ப்ரான்க்யூஸி, லிப்சித்ஸ் முதலிய நவீன சிற்பிகளையும், பெர்க்மன், அன்டோனியோனி, குரோஸாவா, பொலான்ஸ்கி முதலிய திரைப்படக் கலைஞர்களையும் (நவீன 'சோஷலிச'க் கலைஞர்களை ஒதுக்கி அறிமுகமான சில உதாரணங்களை மட்டுமே இங்கே எடுத்துக்கொள்கிறோம்).

ஒரேயடியாக நசிவுக் கலைஞர்கள் என்று எழுதித் தள்ளும் மரபை மார்க்ஸியம் நியாயப்படுத்துவதில்லை. நிச்சயமாக, முதாலாளித்துவ சமூகம் நசிவைப் போற்றவே செய்கிறது. ஆனால் அத்தகைய சமூக வாழ்க்கையின் கோணங்களையும், – அபத்தத்தையும், ஆட்சிப்பீட எதேச்சாதிகாரத்தையும், நோய்க்கூறான மனித உறவுகளையும் சித்தரிப்பதன்

மூலமோ, ஒரு சிந்தனை புரட்சி மூலம் புழக்கத்திலிருக்கும் நடைமுறைகளுக்குக் காயமேற்படுத்தவோ செய்கிற இவர்கள் எவ்வாறு முதலாளித்துவத்தைப் போற்றுபவர்கள் ஆவார்கள்? மாறாக, அவர்கள் அந்தப் புற்றுநோயின் முளையை வெட்ட வெளிச்சமாக்குகிறார்கள். சிகிச்சையைப் பரிந்துரைப்பது இல்லை எனினும் நோயைத் தீர்மானிக்க உதவுகிறார்கள். நசிவைத் திறந்து காட்டி அறைகூவல் விடுகிற இலக்கியம் நசிவிலக்கியம் அல்ல. படைக்கவும், புதுப்பித்துக்கொள்ளவும், விமர்சிக்கவும் திராணியில்லாத கலையே நசிவுக்கலை. ஆட்சிப்பீடத்தின் கொள்கை விளக்கங்களுக்கு ஏற்ற இறந்த உண்மைகளைத் தீட்டி வைக்கும் கலையையே நாம் நசிவுக்கலை என்று கூறலாம். ரஷ்யாவிலும், சீனாவிலும் புரட்சிக்குப் பின் உருவான 'சோஷலிச எதார்த்தவாதக்கலை' யின் தொண்ணூற்றைந்து சதவீதமும் இதுபோன்ற நசிவுக் கலையே. புதிதாக எதையும் படைக்காத, எந்த விமர்சனத்தையும் சாதிக்காத கலை ஆபாசம். மாறாக, முதலாளித்துவ நாகரிகத்தின், ஆட்சி அதிகாரத்தின் நரகத்தை நாம் அனுபவிக்கச் செய்கிற காஃப்காவும், பெக்கெட்டும், பெர்க்மானும், முதலாளித்துவத்தின் சீர்திருத்தப்பட்ட வடிவம் (Well refined structure of capitalism) என்ற நிலையில் இன்று ரஷ்யாவிலும், சீனாவிலும் நிலவும் புதிய ஆட்சிபீட முதலாளித்துவத்தின் கீழுள்ள வாழ்க்கையை அனுபவிக்கச் செய்கிற ஸோல்ஸெனித்சினும், மார்க்ஸிய நடைமுறைகளை விமர்சிக்கும் மார்க்ஸியர்களான யானுஸி, யாங்சோ, வைதா, ப்ரெக்ட் முதலியவர்களோடு தவிர்க்க இயலாத விமர்சகக்கடமை மூலம் வெவ்வேறு வடிவிலான பாஸிசத்தை எதிர்ப்பவர்களே. நசிவைப் பற்றிய ஒரு கலைப்படைப்பு, நசிவின் மேல் மனிதனின் படைப்பாற்றல் பெற்ற வெற்றிக்குச் சான்று.

11. நவீன கலையுடன் மார்க்ஸிய விமர்சகன் மேற்கொள்ள வேண்டிய அணுகுமுறை பற்றிக் கூறும்போது, அதை அப்படியே ஏற்றுக்கொள்ள வேண்டும் என்று நாம் விவாதிக்கவில்லை. கருத்து முதல்வாதிகளான விமர்சகர்களின் அணுகுமுறையிலிருந்து இது ஆறு வகைகளில் வேறுபடுகிறது. ஒன்று: நவீன கலைஞர்கள் தமது படைப்புகள் பற்றி கட்டுரை – விவாதம் – சொற்பொழிவுகள் மூலம் மேற்கொள்ளும் தத்துவமாக்கலையும், கருத்துமுதல்வாத விமர்சகன் அதை ஒட்டியே மேற்கொள்ளும்

விளக்கங்களையும் மார்க்ஸிய விமர்சகன் அப்படியே ஏற்றுக் கொள்வதில்லை. நவீன கலையில் பிரக்ஞைபூர்வமானதல்லாத (unconscious) அம்சங்கள் பெரும்பாலும் முன்னிட்டு நிற்பதனால், படைப்பாளி படைப்பைப் பற்றிக்கொண்டிருக்கும் உணர்வு உண்மையற்றதாகவும் இருக்கக்கூடும். கருத்துமுதல்வாதிகளான விமர்சகர்கள், படைப்பின் வரலாற்றுத் தன்மையைப் புறக்கணிப்பதன் மூலம் உலகியல் சார்புள்ள உள்ளடக்கங்களை உலகியல் கடந்தவையாக வெளிப்படுத்துகிறார்கள்–காஃப்கா, படைப்புகளின் மையம் கடவுளுக்கும் மனிதனுக்குமுள்ள உறவைப் பற்றியது என்று குறிப்பிடுவது போல. இரண்டு: நவீன கலைகள் ஒரு குறிப்பிட்ட சமூக, வரலாற்றுப் பின்னணியிலிருந்து உருவாகிறவை என்றும் அதன் அம்சங்கள் உலகியல் சார்ந்தவை என்றும், அவை சில ஸ்தூலமான மனிதச் சூழ்நிலைகளைப் பற்றியே பேசுகின்றன என்றும் மார்க்ஸிய விமர்சகன் தனது ஆய்வுகள் மூலம் தெளிவுபடுத்துகிறான். மூன்று: நவீனத்துவத்தின் தேவையை ஒப்புக்கொண்டு அதன் படைப்புத் தன்மைகளைக் கண்டடையும் போதும், நவீன கலைஞர்களின் படைப்புகள் சிதிலமடையும் அடிப்படைகளைப் பற்றி மட்டும் பேசுவதால் பகுதியானவை, அசுரத்தன்மைக்கு எதிராக உயிர்த்தெழும் சத்திகளைக் காணத் தவறுவதால் அவர்களின் கண்ணோட்டம் முழுமையற்றது என்று அவன் விமர்சனம் முன்வைக்கிறான். நான்கு: ஆரம்பகால நவீனத்துவத்துக்கு இருந்த எதிர் மறுப்புச் சக்தி (அடானோ, பெக்கட்டை இதன் உதாரணமாகக் காண்கிறார்) நியாயமாக்குதல் (legitimation) மூலம் இன்று இழந்துவிடப்பட்டிருக்கிறது என்று அவன் சுட்டிக்காட்டுகிறான். கிளாஸிகல் நவீனத்துவம் ஓர் அத்துமீறலாகப் பூர்ஷ்வாவுக்குத் தோன்றியது – காரணம் அது அடிவரையாக (marginal) இருந்தது. இன்றோ, நவீன ஓவியங்கள் வர்த்தக விளம்பரங்களிலும், கட்டிடங்கள் மற்றும் துணிகளின் டிசைன்களிலும் வெளிப்பட்டு அங்கீகரிக்கப்பட்டவையாகி இருக்கின்றன; புத்தகங்கள் பாடப்புத்தகத்தின் பகுதியாக மாறி அவற்றின் ஆரம்பக் கடமைக்கு எதிரான கடமையைச் செய்கின்றன. சமூகவியல் நோக்கிலான இந்த 'நியாயமாக்குத'லை மார்க்ஸிய விமர்சகன் ஆய்வு செய்கிறான். – ஐந்து: இந்தப் போலிப் பயன்பாட்டையும், வணிகமயப்படுத்தலையும், கலைஞர்கள் தவறாகத் தம்மைப் புரிந்துகொள்வதையும்

எதிர்ப்பதற்கான ஒரே வழி கலைஞர்கள் இவை பற்றித் தமது படைப்பின் பின்னுள்ள சமூக, வரலாற்று நிகழ்வுகள் பற்றி – கூடுதல், உணர்வுள்ளவர்களாக மாறுவது மட்டுமே என்று அவன் கருதுகிறான். தூய அழகியல்வாதிகளையும், யாந்திரீகமான நசிவுவாதிகளையும் கீழடக்கி வரலாற்றுணர்வை மேற்கொள்கிற, மனிதத்துவத்தோடு ஆழமான ஈடுபாடு (com-mitted) காட்டுகிற ஒரு கலைக்காக அவன் வாதிடுகிறான். அது பிரெக்ட் செய்தது போன்று கலையின் கற்றுக்கொடுக்கும் கடமையையும் மகிழ்ச்சியளிக்கும் தன்மையையும் இணைப்பதன் மூலமோ, புதிய பரந்த உண்மைக்காக வாதாடுவதன் மூலமாகவோ இருக்கலாம். ஆறு: 'அடிப்படை' 'மேற்கட்டு' இவற்றுக்கிடையிலான எல்லைக்கோடுகள் மறைந்துபோன நிலையில், முன்பு 'மேற்கட்டாக'க் கருதப்பட்ட பலவும் தொடர்புச் சாதனப் புரட்சி மூலம் 'அடிப்படை' யாக மாறும் போது, எதிர்ப்பின் கலாச்சார அரசியலுக்கான (cultural politics of resistance) சித்தாந்தச் சூழலை உருவாக்கும் பொறுப்பை மார்க்ஸிய விமர்சகன் கொண்டிருக்கிறான். புதிய கலை இலக்கியங்கள் இந்த (சிந்தாந்தச் சூழலிலிருந்தே – மொ.ர்) ஊற்றெடுக்கும்.

12. கலைக்கு மட்டுமேயான வரலாறு இருப்பதாக மார்க்ஸ் கருதுவதில்லை, முதிர்ச்சி அடைய அடைய கலையைப் பாதிக்கின்ற, கலையின் புறக்கட்டமைப்புப் பற்றிய (ஸ்டெஃபான் மெராவ்ஸ்கி இதைக் கலையின் வரலாற்று ரீதியான தோற்ற அம்சம் (allogenetic aspect) என்று அழைக்கிறார்) அவருடைய உணர்வும் அதிகரித்து வந்தது. ஒரு படைப்பு, இன்னொரு படைப்பைப் பாதிக்கும் வகையைச் சேர்ந்த கலையின் தனி வரலாற்றைச் சார்ந்த அம்சத்தை (idiogenetic aspect) அவர் புறக்கணித்தார் என்பதல்ல இதன் பொருள். எனினும் முன் சொன்ன அம்சத்துக்கே அதிக முக்கியத்துவம் வழங்கியிருந்தார். சமூக, வரலாற்று ரீதியான செயல்கள் மூலம் மூலத்திலிருந்து சுயவெளிப்பாட்டை நோக்கி, முறையான வளர்ச்சியில் மனிதன் மேற்கொள்ளும் கலாச்சார நடவடிக்கையே அழகியல் வடிவம் என்று மார்க்ஸ் கருதினார். கலை, அதன் படைப்பாக்கத்துக்குக் கலாச்சாரத்தின் பிற வெளிப்பாடுகளைச் சார்ந்திருக்கிறது. படைக்கப்பட்ட பிறகு அந்தக் களங்களைத் திரும்பப் பாதிக்கிறது.

இந்த பரஸ்பரச் சார்பும், பரஸ்பர எதிர்வினையும் இரண்டு தளங்களில் நடை பெறுகின்றன. ஒன்று: ஒரு குறிப்பிட்ட சூழலில் சமூகக் கட்டமைப்புக்கு நடுவில் இவை நிகழ்கின்றன (synchronic). இரண்டு: வரலாற்றுச் செயலின் பகுதி என்ற நிலையில் இறந்த காலத்தால் செல்வாக்குச் செலுத்தப்படுகின்றன (diachronic). வர்க்க சமூகத்தின் பொதுவான முரண்பாடுகளும் வளர்ச்சி வேகங்களும் சித்தாந்தப் பார்வைகளைச் சிக்கலான விதத்தில் பாதிக்கின்றன; இவற்றின் வளர்ச்சியும் வீழ்ச்சியும் கலைகளையும், அழகியல் உணர்வுகளையும் மாற்றங்களுக்குத் தூண்டுகின்றன.

ஒவ்வொரு வரலாற்றுக் கட்டத்தின் பிரிக்கமுடியாத இயல்பைப் பற்றியும் மார்க்ஸ் அறிந்திருந்தார். எனினும் கலையில் சில கட்டங்களுக்கிடையில் வரலாற்று வளர்ச்சியின் ஒருமைகள் காரணமாக, ஒற்றுமைகள் உண்டாகக்கூடும் என்றும் கண்டார். இத்தகைய ஒற்றுமைகள் காரணமாகவே சில கட்டங்களில், ஏதாவது பழைய காலகட்டத்தின் இலக்கியம் மறுபடியும் உருவாக்கப்படுகிறது. ஜெர்மனியின் போலித்தனமானதும் மேம்போக்கானதுமான யூபி இலக்கியத்தின் மறுவருகை பற்றி அவர் கூறியதை நாம் முன்பே கவனித்தோம். ஆங்கிலக் கற்பனாவாதிகள் ஸ்பென்சரிடமும் மில்ட்டனிடமும் திரும்பியது; மறுமலர்ச்சிக் கால ஐரோப்பாவில் புராதன கிரேக்க இலக்கியங்களின் பாதிப்பு; நவீன இங்கிலாந்தில் வில்லியம் ப்ளேக்கின் மறுவெளிப்பாடு – இவை நாம் சேர்த்துக் கொள்ளக்கூடிய உதாரணங்கள். ஆனால் இவை வெறும் மறுபடிகள் (repetitions) அல்ல. வேறுபட்ட மறுபடைப்புகள். அசல்களை போலவே இந்த வேறுபாடுகளும் முக்கியமானவை.

13. கோட்பாடுகளுடன் கலை கொண்டிருக்கும் நுட்பமான உறவுகளைக் காணும் போதே, கலைப்படைப்புகளை வெறும் கோட்பாட்டு வடிவமாக மார்க்ஸ் சுருக்குவதில்லை. கலைஞனின் அரசியல்–தார்மீக நிலைப்பாடுகள், தமக்குரிய விதிகளைக் கொண்ட ஒரு முழு அழகியல் கட்டமைப்பில் ஒன்றிணைக்கப்பட்டிருக்கின்றன. இந்த உருவாக்கம் காரணமாகக் கலைப்படைப்பு அகக்காரண அறிவும், (inner reasoning), தனித்துவமும் பெறுகிறது. மனித இனத்தின் சமூகப் பாகுபாடுகளை முன்வைக்கும்போதே கலை காலத்துக்கும் வர்க்கத்துக்கும் இடையில் மக்களை இணைக்கும் பாலத்தை

அமைக்கிறது. அவ்வாறு, எதிர்காலப் புதிய சமூகத்தில் மட்டுமே உண்மையாகக் கூடிய வர்க்கமற்ற ஒரு மனித மேன்மை பற்றிய தீர்க்கதரிசனத்தை அது தன்னுள் கொண்டிருக்கிறது. கிரேக்கக் கலை அடிமைமுறைச் சித்தாந்தத்தைக் கடந்தது போல நமது கலையும் முதலாளித்துவ சித்தாந்தங்களைக் கடக்கும். சித்தாந்தங்கள் மாறிமாறி வரும்போது சரியான கலை வாழ்ந்துகொண்டேயிருக்கிறது என்ற வரலாற்று உண்மையே கலையின் அசாதாரண இயல்பைத் தெளிவாக்கும். சோஷலிச சமூகம் அமைந்தாலும், பழைய காலங்களின் மகத்தான கலைகள் யாவும் புதிய கலையுடன் நிலை நிற்கும். செயற்கையாக அவற்றைத் தடைசெய்யும் (சீனாவில் நடந்தது போன்ற) முயற்சிகள், கலையைக் குறித்த தவறான கருத்துக் களிலிருந்து தோன்றுபவை. கலையின் இந்தப் பொதுத்தன்மை கருத்து முதல்வாதிகள் சொல்வது போல புலப்படாத சனாதன சாராம்சம் அல்ல, கலையின் விசேஷத் தன்மைக்குள், கலையின் மூலமாக வெளிப்படுகிற மனிதத்துவமான பொதுத்தன்மையே. யந்திரத்தனமான சமூகவியல் கலையைக் கோட்பாடாகச் சுருக்குகிறது. வெற்றுக் கருத்து முதல்வாதம் கலையைக் கோட்பாட்டிலிருந்து முற்றாக விலக்குகிறது. இந்த இரண்டு அணுகுமுறைகளுமே இயக்கமற்றவை.

14. துன்பியல் படைப்புகளை இலக்கியத்தின் சாத்தியப் பாடுகளிலிருந்து மார்க்ஸ் ஒருபோதும் அகற்றியதில்லை. நம்பிக்கை வாதத்தைப் பிரச்சாரம் செய்யும் படைப்புகளை மட்டுமே ஆதரிப்பது என்ற அதிகார ரீதியான மரபுக்கு அவர் துணைபோவதில்லை. உண்மையான புரட்சிகர சக்திகளின் உடனிருப்பில்தான், புரட்சிகரமான துன்பியல் முரண்பாடுகள் உருவாகும் என்றும், பழைய துன்பியலின் தனிநபர் பலவீனங் களுக்குப் பதிலாக, வரலாற்று ரீதியான வரையறைகளே, புரட்சி பற்றிய துன்பியலின் காரணங்களாக இருக்க வேண்டும் என்று அவர் நம்பினார். கருத்துக்களின் மறைமுகப் போராட்டத்தைச் சித்தரிக்கும் ஷில்லரின் பாணியைவிட, ஸ்தூல மனிதர்களின் போராட்டத்தை விவரிக்கும் ஷேக்ஸ்பியரின் பாணியே மார்க்ஸுக்கு விருப்பமாக இருந்தது. அடக்கப்பட்ட, தோல்வியடைந்த புரட்சிகளைக் கொண்ட நமது காலம் துன்பியல் நாடகங்களுக்கு அதிக சாத்தியங்களைக் கொண்டிருக்கிறது.

15. புராணிகங்கள் (myths) இயற்கைச் சக்தியைக் கற்பனையாக அடிமைப்படுத்துகின்றன; உருவம் கொடுக்கின்றன. மனித கற்பனையின் பிரக்ஞைபூர்வமான கலை நடவடிக்கைகள் மூலம் உருப்பெற்ற இயற்கையும், சமூக வடிவங்களும் அடங்கிய கிரேக்கப் புராணிகங்களே கிரெக்கக் கலையின் அடிப்படை. ஆனால் இயற்கைச் சக்திகளின் மர்மங்கள் திரைவிலக்கப்படுவதோடு அவை மனிதவசப்படுவதோடு புராணிகம் (mythology) தேவை இழக்கிறது. எனவே கிரேக்கக் கலையும், புராதனப் பெருங்காவியங்களும் இன்று திரும்ப உருவாவது சாத்தியமற்றது. புராணக் கற்பனை இன்றும் வலுவுடையதுதானா? வரலாற்று ரீதியிலும், சமூக ரீதியிலும் சித்தாந்த ரீதியிலும் எதிர்ப்பின் பல்வேறு தளங்களைக் கடந்த பிறகே இன்று அது (புராணக் கற்பனை–mythical imagination) வெளிப்பட்டிருக்கிறது. இது பண்டைச் சமூகத்தின் புராணம், இன்றைய புராணக் கற்பனையிலிருந்து எவ்வளவு தூரம் வேறுபட்டிருக்கிறது என்பதைச் சுட்டவே அன்று ஒரு யுங்கிய (Jungian) சமூகமனத்தின் பாகுபடுத்தப்படாத தொடர்ச்சியை இரண்டு சமூகங்களுக்கு இடையில் நிறுவுவதல்ல புராண விமர்சனம் (Myth criticism) என்ற ஃப்ரெட்ரிக் ஜேம்சனின் பார்வை அர்த்தமுடையது.

16. ஏஷென் சூவின் "பாரீஸின் மர்மங்கள்" நூலை ஆய்வு செய்யும் போது, மார்க்ஸ் கண்களைத் தோண்டிக் குருடாக்கும் நிகழ்ச்சியை, மலடாக்குவதாகக் காண்பதன் மூலம் 'ஃப்ராய்டிய உளவிய' லின் முன்னோடிக் கருத்துக்களைக் கொண்டிருப்பதைக் கண்டோம். பிற்காலத்தில் காட்வெல் போன்ற விமர்சகர்கள் ஃபிராய்டிய அகப்பார்வைகளைப் பயன்படுத்த மேற்கொண்ட முயற்சியையும் கண்டோம். ஆனால் அக்காலத்தில் மார்க்ஸியமும் உளவியலும் எதிரெதிரானது என்றோ–இரண்டும் வேறுபட்ட உண்மைகளைச் சொல்வதாகவோ கருதப்பட்டது. மாக்ஸியமும் உளவியலும் ஒரே போல மூடுண்டவையாக இருந்தன. ஆனால் இன்று இரண்டும் மேலும் மேன்மையடைந்திருக்கின்றன. ஒன்றையொன்று புரிந்துகொள்ளத் தொடங்கியிருக்கின்றன. முன்பு போல செயற்கையான ஒன்றுபடுத்தல் தேவைப்படாமலே கருத்துப் பரிமாற்றங்கள் நடைபெறுகின்றன. மார்க்ஸியமும் உளவியலும் இருவேறு உண்மைகளை அல்ல–ஒரே உண்மையின்

இரண்டு பரிமாணங்களைப் பற்றிப் பேசுகின்றன என்றும், 'கோட்பாடு' ஆழ்மனத்தையும் உள்ளடக்கும் அளவுக்குப் பரந்தது என்றும் தெளிவுபடுத்தப்பட்டிருக்கின்றன. ஜேம்சன் கூறுவது போல (The political unconscious) மூலதனம் ஆழ்மனத்தைக் கூட காலனியப்படுத்தியிருக்கிறது. தொடர்புச் சாதனங்கள் மூலம் அது தனக்கேற்ற படிமங்களை உருவாக்கிக்கொண்டிருக்கிறது. இந்தக் காலனியப்படுத்தப்பட்ட ஆழ்மனமே விளம்பரங்கள் மற்றும் வியாபாரக் கலையின் அடிப்படை. ஆகவே இன்று பாஸிசம் குறித்த ஆய்விலும், எதிர் படிமங்களின் (counter Images) உருவாக்கத்திலும் உளவியல் முக்கியப் பங்கு வகிக்கிறது. ஜேம்சனின் 'அரசியல் ஆழ்மனமும்.' வில்ஹெம் ரீஹின் 'பாஸிசத்தின் உளவிய'லும், சார்த்தர் ஆர்.டி. லெயிங் ஆகியோரின் உளவியல் சார்ந்த நூல்கள் அரசியல் ரீதியாகவும் முக்கியத்துவம் வாய்ந்தவை. இத்துறையில் மார்க்ஸியத்தின் முதற்கடமை உளவியலை வரலாற்றுத் தன்மையுடையதாக ஆக்குவதே.

17. இலக்கியம் பற்றிப் பேசும்போது, மார்க்ஸ் ஒருமுறை கூடக் 'கண்ணாடி' அல்லது 'பிரதிபிம்பம்' ஆகிய உருவகங்களைப் பயன்படுத்துவதில்லை. எனினும் மொழி பற்றியும் தத்துவச் சிந்தனை பற்றியும் பேசும்போது இவற்றைப் பயன்படுத்துகிறார். உண்மையான சமூக நிலைகளில் வாழும் உண்மையான மனிதரைப் பற்றிய அக்கரை மூலம் ஹோமர், ஈஸ்கிலஸ் முதல் புஷ்கின், பால்ஸாக் வரையிலான எழுத்தாளர்களின் படைப்புகளில் வெவ்வேறு காலங்களின் சமூகப் போராட்ட அனுபவங்களை மார்க்ஸ் தேடுகிறார் என்பது சரியே. ஆனால் எழுத்தாளன் படைக்கும் உலகத்தை அவன் அறிந்த வாழ்க்கையின் எளிய பிரதிபலிப்பு என்று தவறாகப் புரிந்துகொண்டிருக்கவில்லை. எதார்த்த வாழ்க்கையின், தற்செயலான அம்சங்கள் ஊடுருவி மறைத்து விடுகிற இயல்புகளை வெளிப்படுத்துவதற்காக, எழுத்தாளன் பிரதி நிதித்துவத் தன்மையுள்ள அம்சங்களையே தேர்ந்தெடுக்கிறான்; வேறுபடுத்துகிறான்; கலைமூலம் மாற்றுகிறான். ஆனால் இது அரூபமான பொதுமைப்படுத்தல் அல்ல, எழுத்தாளன் உருவாக்க வேண்டியது ஆளுமையும், மாதிரித்தன்மையும் (Typicality) சிறப்பும் கொண்ட பாத்திரங்களையே அன்றி தனது

'ஒலிபெருக்கி'களை அல்ல. அவ்வகையில்தான் பால்ஸாக்கின் கதாபாத்திரங்களும், டிக்கன்ஸின் கதாபாத்திரங்களும் ஒரே சமயத்தில் பிரான்சு, இங்கிலாந்தின் குறிப்பிட்ட சூழலின் வாழ்க்கை முறைக்கும், பொதுவான மனித இயல்புக்கும் பிரதிநிதிகளாக 'ஸ்தூலப் பிரபஞ்சம்' (concrete universal) சார்ந்தவர்களாக மாறுகிறார்கள்.

18-அ. இலக்கிய விமர்சனம் தொடர்பான சந்தர்ப்பங்களில் மார்க்ஸ் ஒருபோதும் 'ரியலிசம்' (எதார்த்தவாதம்) என்ற சொல்லைப் பயன்படுத்துவதில்லை. எனினும் 1844க்குப் பிந்திய படைப்புகளில் எதார்த்தவாத அழகியலையே அவர் வளர்த்தெடுப்பதைக் காணலாம். ஆனால் இந்த எதார்த்தவாதம் 'இயற்கைவாத'மாக (Naturalism) இருக்கவில்லை. 'வாழ்க்கையின் ரத்தம் கசிகிற ஏடுகளுடன்' அவருக்கு அறிமுகம் இருக்கவில்லை. 'அரபுக்கதைகள்,' மேரி ஷெல்லியின், 'ஃபிரான் கென்ஸ்டீன்,' ஹாஃப்மனின் 'சின்னக்காலுறை' போன்ற விநோதத் தன்மை (fantasy) கொண்ட படைப்புகளையும் அவர் ரசித்தார். அவற்றில் மனித அனுபவத்தின் முதற்தரமான குறியீடுகளைக் கண்டார். இலக்கியத்துக்குப் பதிவு மதிப்புடன் (record value) குறியீட்டுச் சார்பான மதிப்பீட்டையும் வழங்கினார்.

18-ஆ. துரதிர்ஷ்டவசமாக, மார்க்ஸின் பரந்த எதார்த்தவாதக் கருத்தாக்கத்தை, நவீன வளர்ச்சியைக் கணக்கிற்கொண்டு விரிவுபடுத்துவதற்குப் பதில், அவருக்குப் பின்வந்தவர்கள் சுருக்கினார்கள். 'பிரக்ஞையைக் 'கண்ணாடி'யுடன் ஒப்பிட்டது லெனின் துரதிர்ஷ்டவசமாகச் செய்த அபத்தம். தத்துவச் சிந்தனையையும், கலை வெளிப்பாட்டையும் ஒன்றாக்கிக் குழப்புவதற்கு அது வழிவகுத்தது. தொடர்ந்து எதார்த்தவாதத்துக்கு இரண்டு விதமான விளக்கங்கள் உருவாயின. ஒருபுறம், நுட்பமான உண்மைகளைவிட, நிகழ்ச்சிகளின் புற விவரணைகளுக்கு முக்கியத்துவம் கொடுக்கும் 'போட்டோகிராபிக் எதார்த்தவாத'மாக அல்லது 'இயற்கை வாத'மாக விளக்கப்பட்டது. இன்னொருபுறம், வாழ்நிலைகள் என்னவாக இருக்கின்றனவோ, அவ்வாறே வெளிப்படுத்துவதற்குப் பதிலாக, அவை என்னவாக இருக்க வேண்டும் என்ற முன் தீர்மானங்களை ஒட்டிய, இறந்த நடையில் சித்தரிக்கும் 'சோஷலிச எதார்த்தவாதம்' என்று தவறாக அழைக்கப்பட்ட சோஷலிசக்

கருத்து முதல்வாதமாக' மாறியது ஸ்டாலின் காலத்தைச் சேர்ந்த எழுத்தாளர்கள் பொய்சொல்ல நிர்ப்பந்திக்கப்பட்டனர்; நேரில் கண்டதைச் சொன்னவர்கள் வேட்டையாடப்பட்டனர்; சிலர் நாட்டைவிட்டு வெளியேறினர்; சிலர் தற்கொலையைத் தஞ்சமடைந்தனர்; ஐசென்ஸ்டீன் போன்ற வெகுசில கலைஞர்கள் மட்டுமே பொய் சொல்லாமல் உறுதியாக நின்றனர். மாவோவின் சீனத்திலும் (ஸ்டாலின் எழுபது சதவீதம் சரியானவர் என்பதல்லவா மாவோவின் நம்பிக்கை) ஏறத்தாழ இதே போன்று போலிப்பிரக்ஞையின் இலக்கியமே அதிகாரபூர்வமாகப் பிரச்சாரம் செய்யப்பட்டது.

18–இ. நமது காலத்தில் இரண்டு வகையான இலக்கிய வளர்ச்சிப் போக்குகளுமே இந்த 'இயற்கைவாத'க் கருத்தாக்கத்தை எதிர்ப்பவை. ஒருபுறம் பூர்ஷ்வா உலகைச் சேர்ந்த பிரபல 'அவாந்த் கார்த்' (avant garde) இலக்கியவாதிகள் தமது நிச்சய நிலைகளை வெளிப்படையாக்கும் புதிய இலக்கிய முறைகளுக்கு உயிர் கொடுத்தனர் – தாமஸ்மான், காஃப்கா, கஸான்த்ஸாக்கீஸ், பெக்கெட், யோனஸ்கோ, ஆல்பி. பிண்ட்டர், ரேப் க்ரியே முதலியவர்கள் உதாரணம். இன்னொரு புறம், புரட்சித் தன்மை கொண்ட ஈடுபாட்டு இலக்கியவாதிகள் (committed writers) இயற்கைவாதத்தை ஒதுக்கிவிட்டுப் புதிய பாணிகளைத் தேடினர் – ப்ரெக்ட்: எக்ஸ்பிரஷனிசம். மயாகாவ்ஸ்கி: ஃப்யூச்சரிசம். எலுவார்ட், ஆரகான், நெருதா: சர்ரியலிசம். மார்க்கேஸ்: மறுதளிப்பு நடை. இந்த இரு சாரருமே மார்க்ஸ் கருதியிருந்த பரந்த அர்த்தத்தில் எதார்த்தவாதிகளே. எனவே 'தாமஸ்மானா, காஃப்காவா?' என்ற லூகாக்ஸின் கேள்வி ஒரு பொய்ப் பிரச்சனை ஆகிறது. அவர்கள் இருவரும் எதார்த்தத்தை (உண்மையை – மொ.ர்) இரண்டு வழிகளில் சித்தரிக்கும் பெரும் நாவலாசிரியர்கள். ஹோமர், ஷேக்ஸ்பியர் முதலியவர்களின் 'க்ளாஸிகல் எதார்த்தவாதம்' (classical realism) டால்ஸ்டாய், கதே, பால்ஸாக், தாமஸ்மான் முதலியவர்களின் 'விமர்சன எதார்த்தவாதம்' (critical realism), கார்க்கி, லூ–சுன் முதலியவர்களின் 'நாவலாசிரிய எதார்த்தவாதம்' (Novelist realism) இவற்றை லூக்காக்ஸ் ஏற்றுக்கொள்கிறார். ஐரோப்பிய எதார்த்தவாதம் குறித்த பெரும் அகப்பார்வைகளை வழங்குகிறார் (52). எனினும் ஒரு படைப்பின் 'அழகியல் தன்மையல்ல

முக்கியமானது. அதுமக்கள் வாழ்க்கையை அதிகாரபூர்வமாகப் பிரதிபலிக்கிறதா என்பதே முக்கியம்' (The Historical novel) என்கிற போது லூக்காக்ஸ் ஒரு பூர்ஷ்வாக் கருத்தாக்கத்தையே முன்வைக்கிறார். 'அழகை'– நடை, மற்றும் செய்நேர்த்திகளின் பிரச்சனையாகச் சுருக்குகிறார். (He reduces 'aesthetics' as the problem of styles and techniques) 'எதார்த்த வாத'த்தையும் சில பழைய மாதிரிகளில் ஒதுக்கவே அவர் முற்படுகிறார். ஜெர்மனியை பாஸிசத்துக்கு இட்டுச்சென்ற அபத்தமான மரபுக்கு எதிராக மார்க்ஸியமும், பூர்ஷ்வா மனிதாபமானமும் இணைந்து அமைத்த அறிவுஜீவி முன்னனியின் பிரதிநிதியாக, ஜெர்மன் கிளாஸிகல் மனிதாபமான விமர்சன மரபியல் (Germen classical tradition of humanist criticism) அவரை இடம் பெறச்செய்கிறார் லிக்தீம் *[53]*. போர்–அமைதி, முற்போக்குவாதம்–பிற்போக்குவாதம் போன்ற சாதாரண முரண்பாடுகளே அவர்மீது ஆதிக்கம் செலுத்துகின்றன என்றும், தற்காலிக அரசியல் பாதிப்புக் காரணமாகத் தரம் குறைந்த நூல்களையும் அவர் இயற்றினார் என்றும் இன்னொரு விமர்சகர் *(54]* மறுக்கிறார். இருப்பினும் லூக்காக்ஸின் எதார்த்தம் பற்றிய கருத்தாக்கத்தை நாம் இன்னும் வளர்த்துச் செல்ல வேண்டியிருக்கிறது. லூக்காக்ஸ் எதார்த்தவாதத்துக்கு ஒரு உருவவாத வரையறையை அளிக்கிறார் என்றும், பழைய பொற்காலங்களுக்குத் திரும்பப் போவதற்குப் பதிலாகப் புதிய கெட்ட காலங்களிலிருந்து தொடங்க வேண்டும் என்றும் தம்மால் மேதமை கொள்ளக்கூடிய வடிவங்களில் உண்மையை மனிதர்களுக்கு வெளிப்படுத்துவதே தேவை என்றும் விவாதிக்கிற பெர்டோல்ட் ப்ரெக்ட், வால்ட்டர் பெஞ்சமின் ஆகியவர்களின் சார்பிலேயே மார்க்ஸ் இடம் பெறுகிறார். பிரத்தியட்ச – உண்மையை – எதார்த்தத்தை கலைஞன், தான் வெளிப்படுத்தக் கருதும் மனித உலகின் அகப்பார்வைகளாக மாற்றவேண்டியிருக்கிறது. ஏற்கனவே இருக்கும் வடிவங்கள் இதற்குத் தடையாக நிற்கவும் கூடும். எனவே எதார்த்த வாதம், இன்று மறுவெளிப்பாட்டுத் (Representation) தளத்திலிருந்து, உருமாற்றத் தளத்துக்கு (Transfiguration) மாற வேண்டியிருக்கிறது. எதார்த்த வடிவங்களை மீண்டும் உள்வாங்கி அவற்றை ஓர் உயர்ந்த ஒன்றிணைப்புக்குக் கொண்டுசெல்ல வேண்டியிருக்கிறது. இயங்கியல் ரீதியில் 'மறுவெளிப்பா'ட்டைக்

கடக்க வேண்டியிருக்கிறது. ஸ்தூலத்திலிருந்து நுட்பமான கட்டமைப்புகளுக்கும், சாரம்சங்களுக்கும், உறவுகளுக்கும் செல்ல வேண்டியிருக்கிறது.

ரோஜர் கரோதி [55] சொல்வது போல 'மனித உண்மையின் வளர்ச்சிக்கு எல்லைகளில்லை.' எனவே அவர் 'எல்லைகளற்ற எதார்த்தவாத' த்துக்காக (Realism without boundaries) வாதிடுகிறார்–காஃப்காவும், பிக்காஸோவும், ஸாந்த் ஜோன் பெர்ஸியும் அடங்கிய எதார்த்தவாதம், நீஸ்வெஸ்டினியின் சிற்பக்கலையில் பொறுமையின் வெளிப்பாட்டை விளக்குகிற ஜோன்பெர்கர், கிரிமோஸினியின் அரூப ஓவியங்களில் பொருள் – இட – கால உறவுகள் எவ்வாறு மனிதப் பிரக்ஞையைப் புரட்சிகரமாக நவீனப்படுத்துகின்றன என்று சுட்டிக்காட்டுகிற அல்தூஸர், காஃப்காவுக்காக வாதாடுகிற அவர் நூல்களைப் படிக்கிற எர்னெஸ்ட் ஃபிஷர், வாஸ்கெஸ் ஆகியோர், நடைமுறையிலிருக்கும் படைப்புகளிலிருந்து எதார்த்தவாதத்தை அப்படியே ஒற்றியெடுப்பதல்ல – மாறாக, பழையதும் புதியதும், சோதனைக்கு உட்படுத்தியதும் சோதிக்கப்படாததும், கலையிலிருந்து உருவானதும் வேறு இடங்களிலிருந்து உருவானதும் ஆகிய சகல முறைகளையும் பயன்படுத்தலாம் என்று கருதுகிற ப்ரெக்ட்– இவர்கள் அனைவரும் எதார்த்தவாதம் பற்றிய குறுகிய கருத்தாக்கங்களுக்கு அறைகூவல் விடுகிற மார்க்ஸியர்களாவர். இந்த விஷயத்தில் நவீன மார்க்ஸிய விமர்சகன் சந்தேகமின்றி இவர்களுடன் இடம் பெறுகிறான்.

19. அந்நியமாதலின் கொடுமையை அனுபவிக்கச் செய்கிற காஃப்கா போன்ற எழுத்தாளர்கள் மறைமுகமாக நம்மை அதைக் கடக்கக் கோருகிறார்கள். இந்த நிலையை இன்னும் புறவயமாக்கி (எந்தக் கலைப்படைப்பிலும் புறவயப் படுத்தல் இருக்கிறது என்பதைக் கண்டோம்) வெளிப்படுத்தி, இன்னொரு நிலையின் சாத்தியப்பாட்டையும் காட்டித் தரும் பணியை ஈடுபாட்டுக் கலைஞர்கள் (comitted artists) ப்ரெக்ட், கார்க்கி, லூ–சுன், மார்க்கேஸ், நெரூதா, வயெஹோ, பார்ரா, நிக்கோலாஸ் சியன், ப்யூனவல், கோடார்ட், ஐசென்ஸ்டீன், யானஸ்கோ, ஸோல்டன் ஃபாப்ரி, ஓரோஸ்கோ, ஸிக்வீரோய்ஸ் செய்கின்றனர். கற்பனாவாதத்துக்கு எதிராக உருவான இந்தப் புதிய கலையின் முதற்கீற்றுகளை மார்க்ஸ் வரவேற்றார்

சச்சிதானந்தன் ✹ 101

என்பதை ஹெய்னே, ஹெர்வேக், ஃப்ரெய்லிகிராப் முதலிய கவிஞர்களைப் பாராட்டியிருப்பதன் மூலம் புரிந்துகொள்ளலாம். இந்தப் புதிய, உயர்ந்த, மனிதத்துவமான கலையின் ஆய்வும், அதற்கேற்ற கலாச்சார சித்தாந்தச் சூழலை உருவாக்குவதுமே புதிய மார்க்ஸிய விமர்சகனின் அரசியற் கடமை.

20. ஒரு கலைப்படைப்பை பற்றிய மதிப்பீட்டுக்கு உதவுவதில்லை என்பதே மார்க்ஸிய விமர்சனத்துக்கு எதிரான முக்கியக் குற்றச்சாட்டு. ஆனால் ஓர் அழகியலின் நோக்கம் சில மாதிரிகளை முன்வைப்பதோ, நல்ல படைப்புக்கான விதிகளை வகுப்பதோ அல்ல. முதலில் வருவது ஒரு கலைப்படைப்பு மூலம் நாம் வாழ்ந்து தீர்க்கும் அனுபவம் நம்மை ஈர்க்கலாம்; ஈர்க்காமலும் போகலாம். பிறகு, இந்த அனுபவத்தை நாம் விளக்குகிறோம். மதிப்பீட்டை முன்னதாகவே நிர்ணயிப்பதல்ல ஓர் இலக்கியக் கோட்பாட்டின் வேலை. ஒரு படைப்பின் மறுக்க வியலாத வீச்சை நம்மில் பெரும்பான்மை அனுபவித்த பிறகு, நமது வரலாற்று நிலையில் எந்தச் சிறப்புக் கட்டமைப்பு நம்மை அதன்பால் ஈர்த்தது என்று விமர்சனம் காண்கிறோம்: அது நமக்காக, எந்தெந்த நுட்பமான, வெளிப்படையான முரண்பாடுகளைத் தீர்த்தது, இந்த எதிர்வினையை நாம் எவ்வாறு விளக்குகிறோம். இந்த இடத்தில் மார்க்ஸிய விமர்சனம்தான் தகுதியானது என்று அநேகப் படைப்புகள் மூலம் தெளிவுபடுத்தப்பட்டிருக்கிறது. உண்மையில், உணர்ச்சிப் பாடல்களின் அடிப்படையில் அமைக்கப்பட்டதன் காரணமாக மொழித்திறனுக்கு அதீத முக்கியத்துவம் கற்பிக்கிற 'புதிய விமர்சனம்' தான் விவரணை இலக்கியத்தின் முன் தோல்வியடைகிறது; இலக்கியத்தை ஒற்றைக் கட்டமைப்பாகச் சுருக்கும் அணுகுமுறையை மேற்கொண்டு அசல்படைப்பு என்னும் தகுதியை இழக்கிறது.

21. இயங்கியல் விமர்சனம், ஜேம்சன் முன் சொன்ன பேட்டியில் தெளிவுப்படுத்தியது போல, விமர்சன முறைகளின் சந்தையில் ஒன்றல்ல. ஃப்ராய்டியனிசம், லீவிஸிசம், புராண விமர்சனம், யுங்கின் மூலப்படிவ விமர்சனம் (archetypal criticism) குறியீட்டியல், மானிட இயல், அமைப்பியல், பிந்திய – அமைப்பியல் (Freudianism, Lewisism, Myth criticism, Jungian Archetypal criticism, Semiology, Arthropology, Structuralism, Post -

Structuralism) போன்ற விமர்சன முறைகளைப் புரிந்துகொள்ளவும், வரலாற்று நோக்கில் மதிப்பீடு செய்யவும் உதவுவது என்பதனால் இயங்கியல் விமர்சனம், விமர்சனங்களின் விமர்சனம் ஆகிறது. இத்தகைய விமர்சகர்களும் தெரிந்தோ, தெரியாமலோ அரசியலையும், வரலாற்றையும் பற்றியே பேசுகிறார்கள் என்று அது வெளிப்படுத்துகிறது. கலாச்சாரத்தின் உட்பகுதியில் நாம் சென்று தட்டும் இடமே இயங்கியல் விமர்சனத்தின் தொடக்கம். அந்தப் பௌதீக அடிப்படையை அது நமக்கு நினைவுபடுத்துகிறது. இயங்கியல் முறை என்பது கருத்து வகைகளின் நிரந்தர உருவாக்கமும் ஒருங்கிணைப்பும் ஆகும். வரலாற்று நிகழ்வுகளை ஆய்வதன் மூலமும், அவை முன்பு புரிந்துகொள்ளப்பட்டிருந்த மரபுகளை இல்லாமற் போகச் செய்வதன் மூலமும் என்று இரண்டு விதத்தில் அது வரலாற்றுத் தன்மையில் வேரூன்றி கருத்து முதல்வாதத்துக்கும் யாந்திரீகப் பொருள் முதல்வாதத்துக்கும் எதிராக, நவீன கலையை முறைப்படுத்துவதும், ஓர் எதிர்க்கலாச்சாரத்தின் வரைபடத்தை, இலக்கியத்தின் வரைபடத்தை உருவாக்குவதுமே இன்றைய இயங்கியல் விமர்சனத்தின் கலாச்சார அரசியல் கடமை.

மேற்கோள் குறிப்புகள்

1. எஸ். எஸ். ப்ராவேரின் 'கார்ல் மார்க்ஸும் உலக இலக்கியமும்' என்ற ஆய்வு (1978) இத்திசையில் வெற்றிகரமான முயற்சி. பி. தெமட்ஸ், டேவிட் மக்கெல்லன், எஸ். மொராவ்ஸ்கி, எஸ். ஹுக், டபுள்யூ. எம். ஜான்ஸ்டன் ஆகியவர்களும் இதே திசையில் கணிசமான பங்களிப்புகள் செய்திருக்கிறார்கள்.
2. இவ்வகையில் சிறப்பாகக் குறிப்பிடப்பட வேண்டிய நூல்கள்: ஹெச். கோஹ் – 'மார்க்ஸியமும் அழகியலும்' (1962), எர்னெஸ்ட்ஃ பிஷர் – 'கலையின் தேவை' (1963); 'கலை, சித்தாந்தத்துக்கு எதிராக' (1970), ஹெச். கல்லாஸ் – 'மார்க்ஸிய இலக்கியக் கொள்கை' (1964), மிகாயேல் லீப்ஷித்ஸ் – 'கார்ல் மார்க்ஸும் அழகியலும்' (1967), ரேமண்ட் வில்லியம்ஸ் – 'மார்க்ஸியமும் இலக்கியமும்' (1977), ஜியார்ஜ் லூக்காக்ஸ் – 'அழகியல் பிரச்சனைகள்' (1969). தியோடர் அடானோ 'அழகியல் கோட்பாடு' (1970), பியர் மாஷெரி – 'இலக்கிய உற்பத்திக் கோட்பாட்டுக்காக' (1971), ஹெர்பர்ட் மார்க்யூஸ் 'அழகியலின் தத்துவம்' (1 . எச்.ஆர். வோன் 'மார்க்ஸிய அழகியல்,' அதால்ஃபோசான்ஜஸ் வாஸ்கெஸ்– 'கலையும் சமூகமும்' 73), ஆர்.எஸ். கார்பிட் 'இலக்கியத்தின் சமூகவியல்' (1971), லூசியன் கோல்ட்மான் – 'மறைக்கப்பட்ட கடவுள்' (1964), ' நாவலின் சமூகவியலுக்கு' (1975), வால்டர் பெஞ்சமின் 'ஞானோதயங்கள்' (1970), ஃப்ரெட்ரிக்

ஜேம்ஸன் 'மார்க்ஸியமும் உருவமும்' (1971), ஜான் பெர்கர் 'பார்வையின் வழிகள்' (1972), நிக்கோஸ் ஹஜினிக்கோலாவ் – 'கலையின் வரலாறும் வர்க்கப் போராட்டமும்' (1978).

3. ஹெச். பி. ஆதம்ஸ் – Karl Marx in his Earlier Writings (London, 1940), ஐ. பெர்ல் – Karl Marx : His life and Environment (Oxford 1963), எஸ். ஹூக் – From Hegel to Marx (New York, 1938), டேவிட் மக்கெல்லன் – Marx Before Marxism (Harmondsworth, 1972), Karl Marx; A Biography (Progress Publishers, Moscow,1972) - இவற்றில் விரிவான விவரங்கள் காணலாம்.

4. அழகியல் தொடர்பான விஷயங்களில் மார்க்ஸைப் பாதித்தவர்கள் பற்றிய விவரங்களுக்கு எல். பக்ஸன்டால் எஸ். மொராவ்ஸ்கி ஆகியோர் பதிப்பித்த 'Marx and Engels on Literature and Art. (St Louis, *1973)* பக்கங்கள் *40–45* பார்க்க.

5. Rheineische Zeitung. 1842 May 19&Marx, Engels Collected Works- Volume I. *70–71 (*இனி MEW).

6. MEW, Volume I, *405.*

7. Economic and philosophical Manuscripts of 1844 & London 1973– *(*இனி EPM).

8. EPM

9. Istvan Maszaros 'Marx's Theory of Alienation' (London, 1970).

10. L. Trilling: Sincerity and 1972) Authenticity (London P. 124-5.

11. D. Mc Lellan: 'Marx Before Marxism' Harmondsworth 1972).

12. S. S. Prawer: 'Karl Marx and World Literature' (Oxford 1978) P. 88-93.

13. MEW-II 188-89.

14. Marx and Engels 'On Literature and Art' (MELA) Page 36.

15. Karl Marx: 'Selected Writings in Sociology and Social Philosophy' (Harmondsworth 1963-82).

16. அதே புத்தகம்–83.

17. அதே புத்தகம் –*90*.

18. Marx and Engels: 'German Ideology' (London 1970) *22-23* பக்கங்கள் பார்க்க.

19. Henry Lefebrre: 'The sociology of Marx' (Harmondsworth 1972).

20. Karl Manherm: 'Ideology and Utopia' (London, 1960) P. 50.

21. Louis Althusser. 'Lenin and Philosophy and other Essays' (A Letter on Art Page 221-27 London-1971.

22. E. Fischer 'Art against Ideology (Harmondsworth 1970)

23. அல்தூஸரின் For Marx (Harmondsworth, 1969)–*62* முதலான பக்கங்கள் பார்க்க. லூஷியன் கோல்ட்மானின் நூல்கள்–The Human Science and Philosophy (London, 1961) The Hidden God (1964), Towards a Sociology of the Novel (1975) சிறந்த உதாரணங்கள்.

24. இயான்வாட்டின் The Rise of the Novel (London 1947) ஜார்ஜ் ஸ்டைனரின் Language and Silence (London 1967), லாரன்ஸ் லாங்கரின் Literature and The Holocaust (Yale, 1980), ரோலாண்ட் பார்த்தின் Writing Degree Zero (London 1967) முதலியவை உடன் நினைவுக்கு வருகிற சில உதாரணங்கள். மார்க்ஸிய குறியியல் விஞ்ஞானமும் (Semiology) இவ்வழியில் மிகவும் முன்னேறியிருக்கிறது.

25. Marx and Engels: Selected works volume I (Moscow *1969* P–*3)*.

26. அதே நூல் P. 400

27. S. Avineri-Marx and the Intellectuals (1967)

28. Georg Lukacs: Karl Marx and F th. Vischer (Berlin, 1954) ப்ராவேரின் விளக்கங்கள்.

29. M. Lifsritz: 'The Philosophy of the Art of Karl Marx' (London, 1973) 95-97.

30. Grundrisse (Harmondsworth, 1973) P. *92*.

31. அதே புத்தகம் P. 110-III.

32. டாக்டர் அய்யப்ப பணிக்கருடன் 1982இல் நடத்திய உரையாடல் (உத்தரம் – மலையாளச் சிற்றேடு) 2–3 இதழ்கள்).

33. M. Eliade: 'The Sacred and the Profane". "The Nature of Religion" (New York, 1959) P. 206&207.

34. MEW-Xiii P: 89.

35. R. Williams - Culture and Society 1780-1950. (Harmondsworth, 1961) P: 259.

36. D. McLellan&The Thought of Karl Marx' பக்கங்கள் 84–85 பார்க்க.

37. Louis Althusser: 'Lenin and Philosophy' (London 1971)யில் மரியா மக்சியோக்சியுடன் நிகழ்த்திய உரையாடலையும், (பக்கம்: 11–22) மூலதனம் முதல் தொகுதிக்கான முன்னுரையையும் (பக்கம் 71–106) கவனிக்க.

38. அல்தூஸரின் யாந்திரீக முறை பற்றிய கடுமையான விமர்சனத்துக்கு இ.பி. தாம்ப்ஸனின் 'The Poverty of theory and other Essays' (London, 1979) பார்க்க.

39. MEW-xxvi (i) 337.

40. MEW-xxv 828

41. அதே நூல்–அதே பக்கம்

42. MEW-xxv: 49

43. அதே நூல் –xxiii–193

44. MEW-xxiii-637.

45. G. Petrovic: Marx in the Mid&twentieth Century (New York 1967).

46. 'Letters Without Address' - Art and Social Life (London 1953).

47. A. V. Lunacharsky: Articles on Soviet Literature' (Moscow, 1958).

48. A. A. Zhdanov-'On Literature, Music and Philosophy' (London, 1950)

49. Christopher Caudwell&'Illusion and Reality' (London 1937). Studies in a Dying Culture' (1938) 'Romance and Realism' (Princeton, 1970) இவற்றைப் பார்க்க.

50. George Thomson: Aeschylus and Athens' (London, 1941), Marxism and Poetry' 1946), ஆகியவையும். Alick West: Crisis and Criticism (1937) ஐயும் காண்க.

51. G. Lichtheim: 'Lukacs' (London, 1970).

52. "The theory of the Novel (1920), "The Historical Novel' (1962). "The meaning of Contemporary Realism (1963). 'Studies in European Realism' (1972) ஆகிய நூல்களைப் பார்க்க.

53. G. Lichtheim: 'Lukacs' (1970).

54. Terry Eagleton: Marxism and Literature (London, 1973).

55. Roger Garaudy: Philosophical Materialism and Artistic Realism' ('Europe'-No.: 419-20).

56. John Berger: 'Art and Revolution (Harmondsworth 1970) L. Althusser: Lenin and Philosophy and other Essays' (London, 1971), E. Fischer: 'Art against ideology' (Harmondsworth, 1970). A. S. Vasquez: "Art and Society' (London 1973) B. Brecht: 'On Theatre' (London, 1978) ஆகியவை பார்க்க.

மொழிபெயர்ப்பாளரின் குறிப்பு:

சச்சிதானந்தன் ஏற்கனவே தமிழில் அறிமுகமாகி இருப்பவர். இவரது கவிதைகளின் மொழிபெயர்ப்புகள் வெவ்வேறு சிற்றேடுகளில் வெளிவந்திருக்கின்றன. 'கலையும் மார்க்ஸியமும்'; 'சமாந்தர கலை–இலக்கியங்களும் கலாச்சார சகோதரத்துவமும்' என்ற இரு கட்டுரைகள், இதே மொழி பெயர்ப்பாளரின் தமிழாக்கமாக முறையே 'பரிமாணம்' (ஆகஸ்ட் 1979–கோவை), 'வைகை' (அக்டோபர் 1979–மதுரை) ஆகிய பத்திரிகைகளில் வெளியாகியுள்ளன.

'மார்க்ஸிய அழகியல் – ஓர் அறிமுகம்' என்ற இக்கட்டுரை, கார்ல் மார்க்ஸின் நினைவு நூற்றாண்டையொட்டி 1983 இல் எழுதப்பட்டு 'மாத்ருபூமி' வார இதழில் (2 ஜனவரி முதல் 6 பெப்ருவரி 83 முடிய) தொடராக வெளியிடப்பட்டது. பின்னர் புத்தக வடிவம் பெற்றது.

மார்க்ஸிய அடிப்படைகளிலிருந்து ஓர் அழகியல் கோட்பாட்டை உருவாக்குவதற்கான தேவைபற்றி, மலையாளக் கலாச்சாரச் சூழலை முன்வைத்து கட்டுரை ஆசிரியர் வலியுறுத்தும் காரணங்கள் தமிழுக்கும் விலக்கானவை அல்ல. வேறானவையும் அல்ல. சமகால இலக்கியத்தின் திறனையும், இடத்தையும் நிறுவுவதற்கும், முன்நோக்கிச் செல்லவும் இந்தப் பார்வை உதவும். இந்தக் கருத்தின் விளைவாகவே இந்த மொழிபெயர்ப்பு மேற்கொள்ளப்பட்டிருக்கிறது. ஒரு விவாதத்தை நோக்கியே இந்தப் பக்கங்கள் திறந்து வைக்கப்படுகின்றன.

இக்கட்டுரையின் தமிழாக்கம் பெரிதும் மூலத்தைச் சார்ந்தே உருவம் பெற்றிருக்கிறது. கருத்துக்களை விளக்குதல் என்ற கோணத்தில் மட்டுமே மொழிபெயர்ப்பாளரின் சுதந்திரம் பயன்படுத்தப்பட்டிருக்கிறது. முதல் வாசிப்பில் கடினமான தாகத் தோன்றலாம். ஆசிரியரின் இறுக்கமான மலையாள நடையும், சிந்தனைத்துறை சார்ந்த தமிழ்க் கலைச்சொற்களின் பற்றாக் குறையும் சரளமான மொழிபெயர்ப்புக்குத் தடைகளாக நேர்ந்தவை.

இக்கட்டுரையை மொழிபெயர்த்து வெளியிட இடைவிடாமல் வற்புறுத்திய திரு. பிரம்மராஜன், திரு. ஆர். சிவகுமார், திரு.த. பார்த்திபன் ஆகியோருக்கும். கையெழுத்துப் பிரதிகளைத் தயாரிப்பதில் உதவிய திரு. ஜோசப் தயாளனுக்கும், எல்லோருக்கும் முதன்மையாக மொழிபெயர்ப்புக்கு அனுமதி வழங்கி, உற்சாகப்படுத்திய திரு. சச்சிதானந்தனுக்கும் மனப்பூர்வமான நன்றிகள்.

கோவை
15 டிசம்பர் 1985

சுகுமாரன்